Nails Tình Thương

Vinh Q. Tang

Nghĩa Lan Nhân

Cảm tạ

Xin được bày tỏ lòng biết ơn chân thành đến quý anh chị trong cộng đồng đã hỗ trợ chúng tôi, thông qua những khích lệ gián tiếp hay trực tiếp, trong quá trình thực hiện *Nails Tình Thương* và những quyển sách trước đây.

Đồng thời, chúng tôi xin được gởi lời tri ân đặc biệt đến quý vị đã âm thầm giúp hiệu đính sách. Sự giúp đỡ của quý anh đã không thể thiếu trong việc hình thành quyển sách này. Thành thật cám ơn.

Tăng Quyền Vinh

Ottawa, 06-11-2023

Mục lục

Số Mệnh

- A-lô!

- Má hả má. Con đây.

- Ờ, má nè.

- Má khỏe không má.

- Má cũng thường. Vợ chồng con ở bển với hai đứa nhỏ cũng khỏe hết hén.

- Dạ, tụi con bình thường hết má ơi. Ở bên nhà giờ này mấy giờ rồi má.

- Gần 9 giờ sáng rồi con.

- Bên này là 9 giờ tối đó má ơi.

Vợ chồng anh Thân sống ở Canada hơn 10 năm mà vẫn thường xuyên gọi điện thoại về thăm Bà Sáu, mẹ của anh Thân. Trong suốt khoảng thời gian dài xa nhà, điệp khúc chào hỏi tuy đã trở nên quen thuộc nhưng chưa bao giờ nhàm chán.

Những câu chuyện tiếp theo thông thường cũng chỉ là những '*báo cáo*' về các kỳ tích của hai đứa con của anh chị cho bà nội các cháu nghe, cho bà nội vui. Ồ, nếu không là kỳ tích thì là thành tích vậy. Chuyện thêm mắm, dặm muối chút đỉnh, cho thỏa lòng người nói, lại hài lòng người nghe thì có sao đâu.

Từ lúc Nghĩa, đứa con thứ nhì của anh chị Thân, chào đời ở Canada, cha mẹ nó đã không ngại tốn tiền điện thoại '*muốn ẹo xương sống*', có tháng lên tới một hai trăm đô la, để gọi về Việt Nam báo cho bà nội của cháu biết:

- *Cháu nội của má biết lật rồi má ơi;*

- *Cháu nội của* má *biết bò rồi má ơi;*

- *Cháu nội của má biết đứng rồi má ơi;*

- *Cháu nội của má biết đi rồi má ơi;*

Hay

- *Cháu nội của má biết nói rồi má ơi.*

Tới khi Nghĩa vào lớp mẫu giáo, thì,

- *Cháu nội của má giỏi lắm, bữa nay nhận được nhiều hình tim khen thưởng của cô giáo đó má ơi.*

Anh chị Thân còn có một đứa con gái lớn tên Thảo, sanh ở Việt Nam, theo anh chị vượt biên lúc cháu mới năm sáu tuổi. Sau khi đến Canada cháu đã bắt đầu vào tiểu học. Thành quả học tập của cháu ở trường cũng được phúc trình đầy đủ cho bà nội của cháu ở Việt Nam biết. Bà rất vui, nhưng khi cháu lớn lên, bà lại quan tâm nhiều hơn tới một vấn đề khác.

Mỗi lần anh chị Thân gọi điện thoại thăm bà Sáu, bà thường nhắc nhở,

- *Con gái ngày một lớn, hai con dù có làm ăn bận rộn cách gì cũng phải ráng để mắt trông chừng con.*

Hai năm trước, anh chị Thân dọn vào một ngôi nhà mới, rộng rãi hơn, khang trang hơn căn nhà đầu tiên mua lại lúc mới bắt đầu lập nghiệp. Nhà mới có nhiều phòng ốc từ trên lầu xuống tới dưới hầm, đến độ anh chị phải than, *'Ở làm sao cho hết'*. Hai người bèn nảy ra ý nghĩ cho một thanh niên đồng hương quen biết lâu ngày mướn căn phòng nhỏ ở dưới hầm nhà, để *'tiện thể có thêm thu nhập cũng tốt'*.

Khi bà Sáu biết chuyện, bà nổi trận lôi đình. Dù chỉ nghe giọng nói của bà qua điện thoại, chị Thân cũng phát lo, *'Xưa nay em chưa bao giờ thấy má giận đến độ đó.'* Bà Sáu không ngớt nhắc anh chị Thân *'Phải nhớ mình có con gái trong nhà'*, và lập đi lập lại lời cảnh báo, *'Lửa gần rơm khó tránh khỏi mén'*. Vậy là anh chị đành phải năn nỉ cho lửa sớm dọn đi nơi khác.

Cứ vậy mà từ đó vợ chồng anh Thân và bà Sáu, dù cách trở đại dương, đã phải bỏ nhiều công sức dập hết ngọn *'lửa'* này tới ngọn *'lửa'* khác, từ lúc lửa còn trong trứng nước, dù những cái trứng đó chỉ có trong trí tưởng tượng của họ.

Tuy nhiên chuyện phải đến đã đến, ba hôm trước Thảo đi học về, tuyên bố với cha mẹ là sẽ đi dự tiệc nhảy đầm do trường tổ chức với một bạn học tên *'thằng Raul'* mà trước giờ anh chị Thân chưa hề nghe con nhắc đến.

Hôm nay anh Thân gọi điện thoại gấp cho bà Sáu là để báo ... hung tin:

- *Con Thảo có bồ rồi má ơi. Hình như người Ả-rập hay gì đó.*

Sau khi kể lại đầu đuôi câu chuyện, anh khẩn khoản nhờ bà Sáu,

- Má làm ơn nói với nó một tiếng. Nó nghe má lắm.

- Con ở bển gần gũi, ráng khuyên can con cái. Chứ má ở bên nay, xa xôi nói gì cũng khó.

- Hai vợ chồng con nóng tánh, hay la ó. Nói nó hổng nghe. Để cuối tuần này con gọi về má, má nói với nó vài tiếng.

- Ừ thôi được rồi, để má nói chuyện với nó coi sao.

Anh Thân nói lời chia tay bà Sáu mà trong lòng cảm thấy nhẹ nhõm. Mọi chuyện lại có 'má lo' như trước giờ. Gác điện thoại lên, anh lững thững đến ngồi trên ghế sô-pha, nhấm miếng trà, nhìn ra bầu trời tranh tối tranh sáng bên ngoài cửa sổ, thả lỏng tâm hồn lắng nghe dư âm tiếng nói bà Sáu, để nó đưa anh về với những kỷ niệm ấu thơ ở quê nhà.

Bốn mươi năm trước, trong một căn nhà ngói đỏ ở ngoại ô Sài Gòn, anh Thân vào khoảng năm tuổi từng ngồi trên nền gạch bông phía trước hành lang, chong mắt coi '*dì Út*' làm móng tay cho bà Sáu mỗi tuần. Thuở đó anh không biết dì Út là ai và từ đâu đến, chỉ biết lâu lâu thấy dì tới nhà, mang theo hai giỏ xách. Giỏ nhỏ đựng đồ nghề làm móng tay cho mẹ anh. Giỏ lớn đựng đủ thứ, không ai biết trước là thứ gì. Chỉ sau khi dì mở giỏ ra chào hàng thì mới biết.

Dì Út thường quảng cáo bán dù xếp và áo mưa, nhưng thường hơn là các lọ nước hoa và các hộp mỹ phẩm từ Pháp và Mỹ. Nếu chỉ có vậy thì bé Thân đã không ngồi hàng giờ, kế bên ghế phô-tơi (fauteuil) của bà Sáu, quan sát dì Út ngồi trên chiếc ghế đẩu nhỏ lom khom sơn móng tay cho mẹ mình.

Thỉnh thoảng dì Út lại chào hàng một món đồ chơi trẻ con. Bà Sáu không thích lắm vì quan niệm đồ chơi là ba thứ phí tiền, nhưng nếu gặp được món bà cho là có tính giáo dục thì bà không ngại mua cho con. Nhờ vậy mà anh Thân được sở hữu một ống kính vạn hoa để nhớ đời. Cậu bé Thân thường say mê đặt mắt vào ổ nhìn ở đầu ống, để ngắm những mẫu hình màu sắc rực rỡ hiện ra ở phía cuối ống. Càng thích thú hơn khi cậu bé Thân chỉ cần nhích khuỷu tay, xoay ống kính một góc nhỏ, một mẫu hình muôn màu mới lạ khác lập tức hiện ra.

Làm sao có thể ngờ được, mấy mươi năm sau ở hải ngoại anh Thân đã tìm sinh kế bằng chính cái nghề của dì Út năm nào. Chẳng những vậy mà vợ chồng anh còn mọc gốc mọc rễ với nghề kể từ ngày sang lại một tiệm Nails (Tiệm chăm sóc móng tay) của người quen.

Cuộc đời sao mà thay đổi nhanh chóng quá. Thiệt chẳng khác những hình ảnh trong kính vạn hoa, hiện ra sau mỗi cái lắc tay, và cũng biến đi sau mỗi cái lắc tay. Anh Thân nhắm nghiền đôi mắt cố hình dung ....

Nếu có một ông Tiên con ở trên trời đang nhìn vào kính vạn hoa về cuộc đời của anh, chắc sẽ thấy, trước hết, một thằng bé trần gian ngồi bên chị thợ làm móng tay, chờ đợi những món đồ chơi giấu trong giỏ xách của chị.

Ông Tiên con lắc nhẹ cái kính vạn hoa, gặp thằng nhỏ mặc áo sơ-mi trắng đạp xe đi học mỗi ngày.

Lắc một cái nữa, thấy nó xúng xính trong áo trây-di (treillis) màu xanh ở quân trường.

Lắc thêm một cái, thằng bé đã trưởng thành trong bộ quần áo ngả màu đất cát, ngồi ôm vợ con chịu đựng sóng gió trên chiếc ghe vượt biên.

Ông Tiên con tò mò lại lắc thêm cái nữa, thì lạ thay, lần này gặp một ông chủ tiệm 'Nails' mặc áo bành tô xám đi giữa trời tuyết trắng xóa.

Ông Tiên con lấy làm thích thú, nhưng không khỏi thắc mắc. Lấy đâu ra một trường hợp tình cờ hy hữu đến như vậy. Móng vuốt của đôi bàn tay cứ bám theo một người từ nhỏ tới lớn, từ quê cha đất tổ qua tới tận chốn lạ quê người. Sau một lúc chiêm nghiệm, ông tiên con chợt reo lên,

- Con biết rồi.

Ông Tiên cha giựt mình hỏi,

- Con biết gì.

Tiên con hí hửng,

- Con biết tại sao ở dưới thế gian, trong một vở kịch Thúy Nga, cô ca kịch sĩ Trang Thanh Lan nói, '*Giày dép còn có số huống chi người ta*'.

Tiên cha giải thích,

- Người đời còn gọi đó là số mệnh hay định mệnh do ông Trời sắp đặt.

Tiên con thắc mắc,

- Con đã phụ ba lo hết chuyện sổ sách cho Ngọc Hoàng, mà có bao giờ thấy sổ số đâu.

Tiên cha quát,

- '*Xổ số*' ông Tiên tổ mầy. Làm Tiên mà nghĩ tới cờ bạc coi chừng bị mất dốp[1] đó nha con.

- Không phải vậy. Con nói '*sổ số*' là cuốn sổ ghi lại '*số mệnh*' của mỗi người đó cha.

---

[1] 'Dốp' hay 'Job' ý nói 'việc làm'.

- Ừ, làm gì có cuốn sổ số mệnh trên Trời. Nhưng biết để bụng, chớ có mà nói ra. Thiên hạ biết được họ sẽ mạnh ai nấy viết một số tốt cho bản thân, thì thế gian ắt sẽ loạn cào cào lên.

Tới đây, anh Thân chợt mỉm cười, hài lòng với số phận và với những gì mình có được ngày hôm nay. Anh lững thững đến phòng *computer* (máy điện toán), tính tiền lương trả cho thợ ngày mai.

Con Gái Trong Nhà

Trời hừng đông, ánh dương hồng nở rộ quanh bức tượng '*Cậu Bé Vàng*' đang vươn mình ra vũ trụ, như một thiên thần ngự trị trên đỉnh mái vòm đồ sộ của tòa nhà lập pháp tỉnh bang Manitoba, Canada. '*Cậu Bé Vàng*' là biệt danh bức tượng dát vàng, tượng trưng cho thần Mercury của La Mã, được các nhà lập pháp chọn làm biểu tượng của sự trẻ trung và tinh thần khởi nghiệp. Bức tượng thể hiện một thanh niên vạm vỡ, tay giơ cao ngọn đuốc, hai chân trong tư thế đang chạy, mắt hướng về phương Bắc của tỉnh bang, một vùng đất bao la bát ngát, dồi dào tài nguyên thiên nhiên.

Anh Thân lái chiếc xe *station wagon* màu sữa hột gà đưa vợ vào trung tâm thành phố Winnipeg mở cửa tiệm Nails (tiệm làm móng tay). Loại xe này rộng và dài hơn các xe nhà thông thường, được giới trung lưu Bắc Mỹ ưa chuộng để dùng trong các chuyến dã ngoại cuối tuần hay du lịch đường xa. Thường cả gia đình có thể ngồi thoải mái mà vẫn còn dư nhiều chỗ chứa hành lý phía sau xe, một đặc điểm khiến anh chị Thân coi như làm được '*một công hai việc*', vừa có thể chuyên chở những kiện hàng cồng kềnh cho tiệm nails, vừa làm xe du lịch chở con đi chơi xa vào các dịp lễ, dịp hè.

Xe bắt đầu vào phố, theo thói quen anh Thân trông tới đoạn đường ngắn chạy về hướng công viên phía trước quốc hội, để có dịp chiêm ngưỡng hào quang rực rỡ của *Cậu Bé Vàng*. Dù trong khoảnh khắc ngắn ngủi bên đường, kéo dài chỉ đôi ba phút chờ đèn giao thông, cũng đủ mang đến anh Thân cảm giác lâng lâng thú vị trước khi bắt đầu các sinh hoạt quen thuộc đã đi vào nề nếp hằng ngày. Chị Thân ngồi kế bên, miên man nghĩ tới cậu bé vàng của chị, đứa con trai út của hai người mà anh chị vừa thả ở nhà Bà Tư giữ trẻ,

- Anh ơi, chắc mình phải mua một cái ti-vi nhỏ để trong văn phòng, để mỗi chiều con đi học về coi.

Nơi mà chị Thân gọi 'văn phòng' là một căn phòng nhỏ nằm khuất phía sau tiệm Nails, trong đó có kê một cái bàn làm việc, hai chiếc ghế nệm mua lại từ tiệm bán đồ cũ của quân đội, và ba cái ghế đẩu cho thợ nails ngồi ăn cơm trưa.

Năm nay cháu Nghĩa đã đến tuổi bắt đầu vào lớp Một. Trường khai giảng vào tháng tới. Anh chị định mỗi ngày, sau giờ tan trường rước cháu về tiệm, để cháu chơi trong văn phòng, có mấy cô thợ Nails trông phụ, đỡ tốn tiền gởi nhà giữ trẻ.

Mấy hôm trước chị Thân đã mang hai thùng đồ chơi của cháu từ nhà đến để sẵn trong phòng, nhưng trong lòng vẫn còn lo không biết cháu còn cần gì khác.

Sau khi nghe lời đề nghị mua ti-vi của chị, anh Thân quăng nửa con mắt về hướng vợ,

- Mua ti-vi cho con, hay mua cho má nó đây, nói thiệt đi.

Chị Thân bẽn lẽn,

- Ở thì có rảnh mình coi mấy băng nhạc cũ để đóng bụi cả đống ở nhà đó.

Băng nhạc 'để đóng bụi' không phải vì hai vợ chồng không thích nghe nhạc, mà ngược lại vì quá mê nhạc nên gặp đâu cũng mua, mua nhiều đến độ coi không hết. Số băng đĩa tích trữ lâu ngày chứa đầy trong bảy thùng các-tông để dưới hầm nhà. Mỗi lần gia đình có dịp lái xe đi chơi xa, tới các thành phố lớn nơi có nhiều người Việt sinh sống, thì có 3 nơi ông bà nhứt định phải tìm đến cho bằng dược. Một là các quán ăn Việt Nam, hai là chợ Việt Nam, và sau cùng là các đại lý bán băng đĩa nhạc Việt. Các băng video sang lại bán giá bèo, ít hơn nửa giá so với một cuốn băng gốc, nên anh chị ham rẻ mua mỗi lần hàng chục cuốn đem về để dành coi.

Anh Thân như nhớ ra điều gì,

- Em coi mấy cái băng đó đi, bữa nào lính bắt ráng chịu.

Chị Thân nguýt chồng,

- Làm gì bắt người ta.

- Thì coi phim sang lậu đó.

- Xí, ai cũng coi hết chứ bộ.

Anh Thân cười khẩy,

- Em không thấy bây giờ mấy cuốn băng video có đăng lời cảnh cáo của FBI nữa sao.

- Canada mình đâu có FBI[2] mà sợ.

- Mình có RCMP[3] đó.

Anh Thân chợt nhớ mấy lúc sau này xem video thường thấy đại diện các cơ sở phát hành băng đĩa than trời như bộng về tệ nạn sang băng lậu. Vốn là doanh nhân, anh không khỏi cảm thông hoàn cảnh các công ty đĩa nhạc. Lương tâm cắn rứt, anh nói,

---

² FBI: Federal Bureau of Investigation (Cơ quan Điều tra Liêng bang của Hoa kỳ).
³ RCMP: Royal Canadian Mounted Police (Cảnh sát Hoàng gia Canada).

- Tại em ham rẻ cứ mua băng sang lậu hoài.

Chị Thân '*hứ*' chồng một tiếng,

- Bộ anh không ham hả. Giỏi tài đổ thừa người ta.

Chồng giả lả,

- Thiệt ra cũng có nhiều người coi băng sang lại, chứ không phải chỉ có nhà mình.

Chị Thân được thể, phản công,

- Anh không nhớ con gái mình nói gì sao. Người ta dạy ở trường học, '*Cái gì sai là sai, không thể trở thành đúng chỉ vì có nhiều người làm việc đó.*'

Im lặng một lúc, anh Thân chợt phì cười. Chị thắc mắc,

- Anh cười gì vậy.

- Thì nhớ chuyện con Thảo đó. Hồi nó mới 9 tuổi, thấy anh đang ngồi sang băng nhạc để dành coi, nó phán một câu làm hai vợ chồng chưng hửng, "*Con tưởng nhà mình là nhà hợp pháp nhứt thế giới.*"

Chị Thân bật cười,

- Bữa đó hai vợ chồng nghe xong á khẩu luôn.

Chị lại mượn dịp trút bầu tâm sự,

- Thì tại anh hết chứ tại ai nữa. Nhát như thỏ đế, làm gì cũng sợ trái luật. Người ta khai thuế mỗi năm được chánh phủ trả lại mấy ngàn, còn anh đã chẳng những khai ngay thẳng, không được trả lại đồng nào, mà còn sợ chánh phủ nghi oan cho mình.

- Anh phục em thiệt. Đang khen con, mà em cũng quẹo qua chuyện khai thuế được.

- Thì tại anh làm việc gì cũng sợ, nên dạy con lớn lên nó nhát hít đó.

Anh Thân nhoẻn miệng cười gượng. Anh đâu có ý trách chị hay trách ai, chỉ theo bản năng an ủi lương tâm để cảm thấy thoải mái hơn mà tiếp tục coi các chương trình ca nhạc của người Việt ở hải ngoại, theo những thôi thúc gặp lại các khuôn mặt giống mình, nghe lại những giọng nói tiếng cười quen thuộc, làm sống lại các nỗi vui buồn một thời, tưởng chừng tiền kiếp.

Nhắc tới Thảo, trong lòng anh chị Thân không hẹn mà cùng dấy lên một mối lo. Chị Thân nói,

- Má nói đúng. Nhà có con gái như có bom nổ chậm.

Chị thở dài,

- Phải hồi đó biết vậy mình cho con đi học mấy lớp dạy tiếng Việt cho nó có bạn Việt Nam.

Anh Thân trầm ngâm,

- Lúc đó đâu có trường Việt ngữ như bây giờ vậy.

- Có chứ. Có cô giáo Hồng mở lớp ở nhà đó.

- Ờ anh nhớ ra rồi. Mình nghĩ lúc đến đây con nó đã lớn, nói tiếng Việt khá rành, nên thôi, để con có nhiều thời gian luyện tiếng Anh đặng theo kịp bài vở trong trường.

- Em còn nhớ, lý do là vì trường đã dạy tiếng Anh với tiếng Pháp rồi. Mình nghĩ nếu bắt con học thêm tiếng Việt nữa, sợ con học hổng nổi. Rồi rốt cuộc tiếng gì cũng không rành.

Anh Thân thở dài,

- Ở đời khó tính trước hết mọi việc. Chỉ sợ má nói mình không lo coi chừng con cái.

- Thì anh chứ ai nữa. Tối ngày cứ sợ mình gò bó nó quá, lớn lên nó khó sống tự lập.

- Ở đây toàn dân tứ xứ. Thấy con người ta lanh lợi bao nhiêu, nhìn lại con mình thấy nó khờ bấy nhiêu. Không biết lúc nó ra đời có bằng được người ta không.

Hai anh chị im lặng trong nỗi hoang mang về tương lai con cái nơi xứ người.

Bài Học Địa Lý

Tối lại, sau buổi cơm chiều vợ chồng con cái xúm xít trong phòng giải trí của gia đình, thả người trên ba chiếc ghế sô-pha, cái dài cái ngắn khác nhau, nhưng đều được lót nệm dày cả gang tay, đặt theo hình vòng cung phía trước cái ti-vi đời mới, lớn nhứt mà tiền có thể mua được.

Anh chị Thân ráng ngồi coi một trò chơi truyền hình với các con cho tụi nó vui. Trò chơi có cái tựa lạ đời là *'Tranh chấp gia đình'*. Dù anh chị vẫn còn gặp trở ngại trong vấn đề ngôn ngữ, tiếng nghe được tiếng không, nhưng nếu coi *'sô'* làm hai con vui mười thì anh chị cũng vui được một.

Thường phải đợi nửa tiếng đồng hồ sau, đứa lớn bỏ đi học bài, đứa nhỏ đi ngủ, thì anh chị mới thật sự vui hưởng không gian riêng tư, để coi phim bộ Hồng Kông hay Đại hàn cho đã. Tuy nhiên, hôm nào vừa có băng nhạc Việt sang xong ở tiệm, thì y chang như hôm đó nó đã có mặt ở nhà anh chị, và dĩ nhiên được ưu tiên trình chiếu trên màn ảnh ti-vi rộng gần cả thước, trước sự nôn nức chờ đợi như người chờ mưa trong cơn nắng hạn, hay trẻ con chờ kẹo vậy.

Chị Thân chăm chăm dán mắt trên ti-vi. theo dõi *'sô'* *'Tranh chấp gia đình'*, thắc mắc không hiểu người hướng dẫn chương trình nói gì.

- Ổng hỏi gì vậy con?

Thảo lúc nào cũng nhanh nhẩu giúp mẹ,

- Ổng hỏi: *Theo thăm dò từ 100 ngươi đàn bà, thì dấu hiệu rõ nhứt để vợ biết chồng ngoại tình là gì.*

Chị Thân nghe xong, không trả lời con, mà lườm chồng một cái sắc như dao,

- Anh liệu hồn đó.

- Chuyện gì chứ.

- Làm như tui hổng biết mấy bữa nay ở ngoài tiệm, anh cứ lảng vảng bên con Chợ Mới hoài vậy.

- Thì thấy nó cũng đồng hương với mình, anh hỏi thăm coi nó có quen biết ai bên nhà không.

Chị Thân càu nhàu,

- Con nhỏ gì đi làm mà ăn mặc như bà hoàng.

Rồi chi quăng về hướng chồng một ánh nhìn cảnh báo,

- Để câu mấy thằng khờ như anh đó.

Anh Thân lắc đầu,

- Thì cũng em chứ ai, lúc trước khuyên thợ ráng chưng diện lên cho sáng tiệm, để câu khách sang.

Chuyện hay giữa hai vợ chồng có vẽ hứa hẹn còn phần hai, nhưng nghe xong, chị Thân không nói không rằng, hướng mắt lên cái đồng hồ Seiko mạ vàng, mỏng dính, bám sát bức tường màu sữa hột gà, phía sau bàn ăn gia đình, đứng bật dậy, kêu đứa con út,

- Gần tám giờ rưỡi rồi. Win, theo má lên lầu ngủ.

Win là Nghĩa, mà Nghĩa cũng là Win. Hồi cháu sinh ra ở Winnipeg, bà nội cháu từ Việt Nam gởi tên Nghĩa qua cho ba má cháu đặt tên con. Khi cháu Nghĩa lớn lên, được gởi vào những nhà giữ trẻ, thì từ bạn bè tới ban quản lý không ai có thể phát âm tên tiếng Việt của cháu được. Anh chị Thân bèn đặt cho cháu thêm một tên tiếng Anh, gọi là Win, để tri ân Winnipeg, thành phố đã cưu mang gia đình anh chị qua những ngày đầu tị nạn. Trong thâm tâm anh chị còn mong cái tên tiếng Anh của cháu sẽ mang lại vận hên trong việc kinh doanh của mình. Tại vì 'Win' còn có nghĩa là 'thắng cuộc'. Tuy nhiên, có lẽ trên hết, cái tên tiếng Anh này được chọn chỉ vì anh chị cảm thấy nó ... dễ đọc.

Win miễn cưỡng đứng dậy theo mẹ. Chị Thân vò đầu con khen ngoan. Bước được hai bước, chị ngoái lại nhìn Thảo,

- Thảo, con cũng lên phòng học đi.

- Con còn cả tuần lễ nghỉ để ôn bài, má ơi.

Thảo tưởng đã 'thoát nạn', nhưng dễ dầu gì được với chị Thân. Chị vừa đi vừa nói,

- Học mỗi ngày một chút cho nó thấm, chứ không phải đợi tới giờ chót, rồi nhồi nhét vô mà không hiểu gì hết trơn.

Anh Thân ngồi nhìn Thảo dò xét,

- Con cũng còn tính đi dự tiệc ở trường với thằng 'Rệp' đó hả?

Thảo châu mày nhìn cha,

- Ba! Nó là người ta, không phải con rệp.

- Ừ, nhưng nó là người Ả-rập mà con.

Thảo lắc đầu,

- Con nói với ba rồi, nó là người Lebanese (người Li-băng).

Chị Thân trở xuống lầu, thả người trên sofa bên cạnh anh Thân, buột miệng nói,

- Thì cũng là dân Phi châu. Má với ba đã nói, con nên chọn người Việt mình cho thích hợp hơn. Bằng không thì một đứa Á châu khác cũng được.

- Vậy thì tốt quá rồi.

Chị Thân nhìn con chưng hửng. Thảo giải thích,

- Thằng Raul cũng là người Á châu, tại vì xứ Li-băng là một xứ Á châu. Việt Nam mình ở phía Đông của lục địa châu Á, còn Ly-băng ở phía Tây.

Anh Thân cố cãi,

- Nhưng nó nói tiếng 'Rệp' vậy nó là 'Rệp' rồi.

- Nó đâu có nói tiếng Ả-rập. Gia đình nó nói tiếng Pháp.

Chị Thân sững sờ. Anh Thân thắc mắc,

- Vậy nó là giống dân gì.

- Thì con nói với ba má từ bữa trước, nó là người Li-băng.

Anh Thân ráng gỡ gạt,

- Vậy nó là người Hồi. Dân Hồi bạo động lắm đó con ơi.

Thảo lại lắc đầu,

- Ba kỳ thị quá. Không có tôn giáo nào bạo động hết. Ở trường học con có nhiều bạn người Hồi. Đứa nào cũng rất hiền lành và dễ thương hết.

Anh Thân chống chế,

- Ba biết, có người vầy người khác, nhưng làm sao mình là người ngoài có thể phân biệt được, đứa nào hiền, đứa nào dữ. Hay đứa nào là dân thường, đứa nào là dân '*ôm bom*'.

Anh Thân muốn nói tới những thành phần quá khích, tranh đấu bằng vũ lực, và không ngại ôm bom xông lên cho nổ giữa lòng địch. Thảo cải chính,

- Raul theo đạo Thiên Chúa, ba ơi.

Anh chị Thân mới vỡ lẽ. Thực tế khác hẳn những gì theo định kiến của anh chị. Tuy vậy anh Thân vẫn cố bám víu hình ảnh mẫu người Ly-băng đặc trưng trong trí tưởng tượng của mình. Anh lắc đầu chán nản,

- Dầu sao nó cũng khác màu da tiếng nói với mình. Khó lắm con ơi.

Thảo thật sự giận cha mình,

- Ba! Tại sao ba có thể nói ra lời kỳ thị như vậy được. Mặc dù thằng Raul da trắng, nhưng không cần biết màu da nó là gì, bộ ba không nghe nói màu da chỉ sâu bằng lớp da bên ngoài thôi sao. Nó không nói lên được điều gì về một con người hết, dù tốt hay xấu, dù ác độc hay hiền lành.

Anh Thân sượng sùng cúi đầu nhận lỗi. Anh không lạ gì với những bài giảng về các nguyên tắc ứng xử trong xã hội Canada mà con anh từng đem từ trường về '*giáo dục*' cha mẹ. Anh chợt nhìn ra bên ngoài mỉm cười trong ý nghĩ thú vị. Anh nhớ đến những lần cháu có dịp nói chuyện qua điện thoại với bà nội của cháu ở Việt nam. Không lần nào bà quên dạy dỗ cháu về những cách đối nhân xử thế của '*người Việt mình*'. Cứ vậy mà giữa càn khôn thế sự xoay vần. Con cái ở hải ngoại muốn cha mẹ học theo lối sống của người trên đất khách. Ông bà ở nhà nhắc con cháu sống trên đất khách nhớ noi theo gương cha mẹ mà giữ cái đạo của *'người mình'*.

Anh Thân trìu mến nhìn con, chống chế,

- Lối nói của người mình là như vậy đó con. Tùy theo màu da của một người mà gọi họ là người da trắng hay người da đen, và còn tự nhận mình thuộc giống dân da vàng. Không có ý kỳ thị trong đó. Tuy nhiên trong việc hôn nhân của con cái thì cha mẹ thường dành ưu tiên cho người đồng hương. Tập quán này có thể phát xuất từ đời sống làng xã khép kín lâu năm sau các lũy tre làng.

Anh hớp một miếng trà, nói tiếp,

- Tuy nhiên ba cũng biết, ở xứ này thì khác. Đây là xứ sở của di dân. Dĩ nhiên muốn được một xã hội hài hòa và ổn định, chuyện hôn nhân dị chủng không những không nên bài bác, mà còn đáng được khuyến khích nữa là khác ...

Chưa nói dứt câu anh Thân chợt cảm thấy cần phải thả thêm một câu thòng.

- Nói thì nói vậy chứ trong thực tế cũng hiếm thấy xảy ra.

Thảo tru tréo,

- Trời ơi, ba nói gì vậy. Ai nói lấy nhau hồi nào đâu. Có thể con chỉ đi chơi với thằng Raul lần này thôi, rồi cả đời không gặp lại nó nữa.

Anh chị Thân đồng loạt hỏi,

- Con nói sao.

- Tới Tháng Chín vô đại học, có thể nó sẽ vào một trường ở miền Tây, còn con đi miền Đông, thì làm sao gặp nhau được.

Chị Thân ngạc nhiên,

- Má tưởng con cặp bồ với nó chứ.

- Má! Từ trước tới nay con chưa bao giờ đi chơi chung với nó. Cặp bồ hồi nào?

Chị Thân mừng ra mặt,

- Vậy sao hai đứa tính đi dự tiệc nhảy đầm chung.

- Cô giáo thấy tội nghiệp mấy đứa bị ế như con, nên sắp xếp cho bốc thăm thành từng cặp, đi party (tiệc) chung cho vui.

Anh Thân thở phào nhẹ nhõm, nhìn vợ bằng nửa con mắt,

- Em thiệt, giỏi tài ba chớp ba nháng. Nghi oan cho con tui không hè.

Chị Thân nguýt chồng,

- Hổng biết ai mấy bữa nay ăn ngủ không yên à. Thiếu điều phôn về Việt Nam mét má rồi.

Anh Thân sượng sùng, vì thật sự đã lén vợ, phôn về bà Sáu bàn chuyện của bé Thảo. Anh nhìn Thảo đánh trống lảng,

- Trước khi đi dự tiệc, con nhớ ra tiệm nhờ mấy dì làm móng tay. Con gái ông bà chủ tiệm Nails phải có bộ móng tay đẹp nhứt trường nha con!

Tiếng Vọng Quê Hương

Sau buổi ăn chiều chị Thân lu bu dọn dẹp nhà bếp. Thấy thức ăn còn dư trong nồi chiều nay đã nguội hẳn, chị san ra hộp, đậy nắp lại, cất vào tủ lạnh. Xong chị bước ra phòng gia đình xem ti-vi. Nhìn quanh, đang thắc mắc không thấy chồng đâu, thì anh Thân từ dưới hầm nhà bước lên. Chị nhướng mắt nhìn anh,

— Anh gọi má đó hả.

— Sao em ngồi đó mà cái gì em cũng biết hết trơn vậy.

— Ờ, tui phải có ba đầu, sáu tay, mười hai con mắt vậy đó mới coi chừng cái nhà này cho xuể.

Anh Thân, biết thân, đến bên đầu máy DVD, ngồi xếp bằng trên thảm, cầm hai băng nhạc giơ lên cao, hỏi,

— Asia hay Thúy Nga, bữa nay có hai băng nhạc mới, ai muốn coi băng nào trước?

— Con muốn coi hết hai cái, Thảo nhanh nhảu đáp.

Chị Thân nguýt con,

— Phải chi nó biết ham học vậy cho tui nhờ.

Nói xong chị cảm thấy ân hận vì nặng lời với con. Chị với tay vén mớ tóc phủ bên má con, để nhìn thấy hình ảnh của chị hơn hai mươi năm trước, cũng là loại học gạo có tiếng ở trường. Trong khóa học vừa qua Thảo đã đạt được nhiều điểm cao trong các môn học. Ít ra là đủ cao để mỗi lần nói chuyện với bà nội của cháu ở Việt Nam, vợ chồng chị tha hồ khoe con cho thỏa thích.

Thời khắc trông đợi cả ngày đã đến. 'Số' sắp bắt đầu. Tuy nhiên chị Thân vẫn còn cảm thấy thắc mắc, cần phải hỏi chồng,

- Anh phôn nói gì với má vậy.

- Ờ thì hỏi thăm má chứ đâu có gì.

- Mình mới nói chuyện với má hôm trước mà.

Nói xong, chị chợt cười,

- Thôi tui biết rồi.

Chị Thân lén trỏ một ngón tay về hướng Thảo, nói nhỏ,

- Anh cho má biết chuyện đó đã giải quyết xong, để má khỏi lo chứ gì.

Anh Thân mỉm cười sượng sùng vì lại bị lật tẩy. Chị Thân ngồi kế bên chăm chăm nhìn màn hình ti-vi, cố tập trung ánh mắt như hai tia la-se thiêu đốt các mối phân tâm cứ bám theo chị cả ngày, từ lo lắng cho chồng con, tới suy tính các món ăn phải nấu trong ngày, không chỉ cho hôm nay mà còn ngày mai và có khi là cả tuần sắp tới. Ngoài ra, dĩ nhiên còn bao nhiêu thứ bận tâm cần chị giải quyết ở tiệm Nails. Thảo ngồi một mình, co chân trên ghế nệm nhỏ đặt kế bên, miệng nở nụ cười không rõ xuất xứ, đầu lắc lư theo điệu nhạc kích động mở màn.

Trước mắt gia đình chỉ có một màn hình tỏa sáng, nhưng những làn điệu âm thanh chiếm trọn khoảng không gian mộng mơ trong căn phòng ấm cúng lại mở ra muôn vàn cánh cửa tâm hồn, dẫn vào vạn nẻo đường quá khứ. Những lời ca gợi gió, tiếng nhạc gieo mây, khiến mưa rơi trong lòng, bão rớt trong tim, dấy lên từng cơn nhung nhớ, nhớ nhung. Nó ru chị vào giấc mộng đầu đời, đưa anh về với những ước mơ một thời. Nó dìu trẻ thơ qua những bước ngỡ ngàng tìm đến quê hương huyền thoại của mẹ cha.

Những khúc nhạc không hồi đầu cũng chẳng hồi cuối, khi thì như suối chảy róc rách quanh núi đồi Việt Nam, lúc như dòng sông trở mình bên cánh đồng lúa chín, vang dậy tiếng hò, điệu hát trải rộng khắp ba miền đất nước, trải dài theo dòng lịch sử từ thế hệ này sang thế hệ khác. Như một phép mầu kỳ diệu, tiếng vọng âm thanh phát xuất từ cỏi lòng có khả năng thu hẹp khoảng cách không gian, xóa nhòa vết tích thời gian, nhập nhằng nỗi nhớ Hà Nội với nỗi đau Sài Gòn trong lòng người.

Tôi xa Hà Nội năm lên mười tám khi vừa biết yêu
Bao nhiêu mộng đẹp yêu đương thành khói tan theo mây chiều...[4]

Nỗi nhớ Hà Nội hai mươi năm trước chưa nguôi, nỗi sầu chia ly Sài Gòn hai mươi năm sau đã đến,

Sài gòn ơi, tôi đã mất người trong cuộc đời
Sài gòn ơi, thôi đã hết thời gian tuyệt vời ...[5]

Anh chị Thân ngồi bất động trước ti-vi, bỏ lại đàng sau những bão táp phong ba, những sóng gió cuộc đời, giương to hai cặp mắt háo hức chờ đợi. Chờ gặp một ca sĩ mới, chờ nghe một bản nhạc hay, chờ xem một *'tiểu phẩm'* lạ, một vở kịch vui, để nhớ, để thương, để khóc, để cười cho qua ngày đoạn tháng. Họ chờ đợi cái mới để tìm lại cái cũ. Họ nôn nả gặp gỡ các nghệ sĩ hôm nay của ngày hôm qua, để tìm đến những giọng hát quen thuộc vang dội dư âm quá khứ một

---

4 Ca khúc *'Nỗi lòng người đi'* của nhạc sĩ Anh Bằng.
5 Ca khúc *'Sài Gòn Ơi Vĩnh Biệt'* của Nhạc sĩ Nam Lộc.

thời. Họ tìm đến những lời ca tiếng nhạc chuyên chở cái ngọt ngào của dòng sữa mẹ, cái yên ả của tiếng ru quê hương, cái quen thuộc của chiếc nôi đầu đời. Họ tìm một bến đỗ cho con thuyền lênh đênh giữa dòng đời vô định.

Tuy nhiên, đối với chị Thân, sức lôi cuốn của ánh đèn sân khấu dù khó cưỡng đến đâu, tiếng hát câu hò dù có ru chị về tới tận Chợ Mới, Long Xuyên, nơi chị khóc tiếng chào đời, và cũng là nơi chị dệt những giấc mộng ban đầu, thì chị vẫn không xa rời thực tế quá ba bước. Nó nằm ngay trên tường, bên khóe mắt chị, ... tíc ... tíc ... tíc đếm thời gian bên tai chị. Chị liếc mắt về hướng chiếc đồng hồ treo trên tường, rồi nhìn con nhắc nhở,

- Thảo, tới giờ đi ngủ rồi con.

Thảo khẽ xoay người, ôm chặt cái gối vuông mềm mại vào lòng như cố thủ để coi cho hết điệu vũ thật vui tươi linh động của các vũ công điêu luyện. Chị Thân quay sang hỏi chồng,

- Anh thấy bộ móng tay của mấy cô ca sĩ trẻ không. Bây giờ bên Cali (California) người ta xài thứ đó không.

Anh Thân kêu trời,

- Em thiệt méo mó nghề nghiệp quá. Em coi hát hay coi móng tay.

Chị Thân nguýt chồng,

- Còn anh coi cái gì tưởng tui hổng biết hả.

- Người ta coi *fashion* (thời trang) chứ gì.

- Hổng ai đánh mà khai rồi thấy hông.

Chị Thân lắc đầu ngao ngán,

- Ca sĩ mình hồi xưa đâu có ai ăn mặc để da để thịt ra ngoài thấy ớn. Mấy bà mặc áo dài thôi, mà bà nào cũng thấy sang trọng, quý phái.

Anh Thân cố biện bạch,

- Nghệ thuật là khám phá mà em. Người nghệ sĩ luôn tìm cái mới phục vụ khán thính giả. Đặc biệt trong hoàn cảnh ở hải ngoại, nhứt là đối với các thế hệ lớn lên ở đây, họ còn trải qua hành trình khám phá chính bản thân họ nữa.

- Thật ra cũng có nhiều ca sĩ mới mình muốn coi, nhưng em vẫn thấy phục mấy bà hồi trước. Sao mấy bả giữ được phong độ hoài hay quá.

- Ờ, mấy bà ngày xưa đúng là như người ta nói, *Thanh sắc vẹn toàn*. Như nghệ sĩ Út Bạch Lan bên cải lương chẳng hạn. Nhìn bả thấy con người thật nhân hậu, lại tỏa ra một phong cách hết sức đứng đắn, đoan trang.

- Ờ, mà em nghe nói cuộc đời bả hồi nhỏ nghèo khổ lắm đó. Phải ăn ngủ đầu đường xó chợ.

- Bởi vậy mới thấy, giàu nghèo hay nghề nghiệp không làm nên tư cách một người. Những năm trước các ca nghệ sĩ này còn bị thành kiến coi thường nghề nghiệp của họ qua câu nói 'Xướng ca vô loại'. Bây giờ nhìn lại những bước tiến trong tân nhạc, và cả cổ nhạc, mới thấy những đóng góp của họ thật sự lớn lao.

Anh Thân nhắm một ngụm trà,

- Ngoài phương diện nghệ thuật ra, anh nghĩ, phong cách của họ trước khán giả cũng đóng góp tạo nên những hình tượng mang nhiều nét đẹp văn hóa của người phụ nữ Việt Nam.

Chị Thân gật đầu đồng ý,

- Chắc chắn rồi, bà nào em thấy cũng có nét dịu dàng, kín đáo, hiền hòa. Lại trang nghiêm như các mệnh phụ đó nha anh.

Nghĩ một chập chị nói tiếp,

- Ngoài ra em còn thấy phục mấy bả ở một điểm nữa. Không biết sao mấy bả giữ thân hình được thon thả hoài vậy.

Anh Thân cười khẩy,

- Mấy cô ca sĩ trẻ không thon thả hơn sao. Mà còn bốc lửa nữa à.

Chị Thân quay qua, chấp tay sá chồng,

- Tui lạy ông, ông không nghe cô MC khả ái của mình nói gì sao. Đời bây giờ coi chừng đồ giả không đó cha nội ơi.

Đời là vậy, nếu nghệ sĩ trên sân khấu có nhiều cách thể hiện vai trò của mình, thì người đời khi xem cũng có nhiều cách tiếp nhận. Một gương mặt xinh xắn với ánh mắt nai tơ ngơ ngác, hay một đôi môi cong cong nũng nịu hay chúm chím che dấu một nụ cười, có thể mang lại cả bầu trời xuân xanh lãng mạn, lấp lánh nắng vàng mộng mơ đối với anh Thân, thì đối với chị, chị có thể rút tỉa từ gương mặt đó một bài học đánh phấn, thoa son, hay kẻ chân mày. Hoặc tò mò hơn, là coi môi nào bơm, cằm nào xẻ, mũi nào đã chỉnh, để ngày hôm sau ra tiệm có đề tài hấp dẫn bàn thảo với chị em. Tội cho thân nghệ sĩ, phải làm dâu trăm họ.

Thảo còn bịn rịn với chiếc ghế sô-pha thoải mái, ấm áp, miễn cưỡng đặt một chân xuống sàn. Thảo còn chưa đi chị Thân đã căn dặn,

- Trước khi lên lầu nhớ vô bếp tắt nồi súp cho má nha con.

Nhìn bộ dạng mắt nhắm mắt mở như ngái ngủ của con, chị Thân cảm thấy ái náy nên cố giải thích,

- Má hầm xương nấu phở cho mấy cha con ăn đó.

Chị biết món phở là món bán chạy nhứt trong nhà này, nên thường nấu '*cho cha con nó ăn*', dù bản thân chị bị dị ứng với thịt bò.

Nhìn theo phía sau lưng con, chị Thân chắc lưỡi,

- Con nít ở đây sao mau lớn quá.

Chị trầm ngâm trước khi nói với theo con,

- Ngày mai má mua đồ ngủ mới cho con.

Nỗi lo vu vơ về '*bạn trai Ả-rập*' của Thảo tưởng đã được giải tỏa, nhưng hình như nó chỉ là một bắt đầu cho những mối lo khác. Thảo đi rồi, hai vợ chồng tắt chương trình nhạc hải ngoại, để dành ngày mai coi tiếp với hai con. Anh Thân xề xuống bên đầu máy video, lắp băng cải lương mới từ Việt Nam vào. Hai vợ chồng nôn nóng bắt đầu cuộc hành trình mới trở về chốn cũ, nơi một góc phố, bên một con hẻm, ngày đêm ra rả điệu vọng cổ quen thuộc.

Cái Nón Lá

Điều hành cửa tiệm Nails là công việc chính của Chị Thân. Tám giờ rưỡi sáng hai vợ chồng chị đã lái xe tới nơi mở cửa tiệm 'Nails Búp Măng' của họ. Hai ông bà tiến vào cửa sau như thường lệ.

Anh Thân đi thẳng tới văn phòng lo đặt mua thêm một lô chai nước sơn móng tay mới theo lời chị Thân căn dặn từ chiều hôm qua. Xong việc ở tiệm, anh lái xe đi sửa ống nước cho khách hàng, đó là nghề tay phải của anh lúc trước, và là nghề tay trái của anh hiện nay.

Phần chị Thân, chuyện chị làm trước tiên là đảo một vòng từ phía sau tiệm ra phía trước. Lần lượt chị đến mở đèn, mở quạt, rồi mở máy điều hòa không khí. Dù là công việc làm hằng ngày nhưng tới nay việc chỉnh nhiệt độ trong tiệm luôn khiến chị nhức đầu bốn mùa.

Vào mùa hè, nếu giữ nhiệt độ quá thấp cho mát tiệm, sẽ tốn tiền điện chạy máy điều hòa không khí nhiều hơn. Ngược lại vào mùa đông, giữ tiệm càng ấm càng tốn tiền khí đốt chạy máy sưởi. Nếu chỉ có vậy đã không làm khó được chị chủ tiệm. Chị luôn chủ trương tiết kiệm tối đa. Lý do không phải vì tiền, mà theo lời chị thường nói với mấy người thợ là để bảo vệ môi trường.

Tuy nhiên còn có yếu tố con người nữa. Mùa hè nếu giữ tiệm được mát cho khách Canada, thì thợ gốc Việt than lạnh cóng tay, không làm việc được. Mùa đông nếu giữ tiệm ấm cho thợ gốc Việt, thì khách Canada chê nóng nực quá. Bởi vậy mới thấy, 'chạy tiệm' (running a business hay quản trị một cơ sở thương mại) không phải là chuyện dễ.

Kế đến chị Thân rảo mắt quan sát từng chiếc ghế nail kê sát tường bên trái và từng cái bàn làm nail bên phải, cho tới khi chị yên tâm là tất cả 4 cái ghế và 5 cái bàn đều sạch sẽ, ngăn nắp, và sẵn sàng đón khách. Bước gần tới cửa trước, chị Thân nhìn thấy dáng chị Năm, một người thợ lâu ngày của tiệm, đội nón lá đứng chờ bên ngoài cửa kiếng như mọi hôm.

Hình ảnh chiếc nón lá đối với người Việt không xa lạ gì. Tuy nhiên, nhớ lại lần đầu nhìn thấy chị Năm đội nón lá đi trên tuyết, chị Thân không khỏi ... rối trí. Không biết mình đang ở đâu. Nếu nắng trên đầu là nắng Sài Gòn, sao lại quá lạnh lùng xa cách, và nếu tuyết dưới chân là chứng tích mùa đông nơi xứ người, sao trong lòng chợt thấy ấm áp tình quê hương. Từ những ngày đầu sống nơi đất khác, vào mỗi độ đông về, tuyết ngập đầy đường, chị Năm vẫn luôn đội nón lá trên đầu, dù phải đội trùm lên cái mũ len ở bên dưới.

Cái nón lá đã gắn liền với cuộc đời chị Năm như hình với bóng từ sau ngày 'đổi đời' trên quê hương của chị. Chồng chị là một sĩ quan trong Quân lực Việt Nam Cộng hòa bị bắt đi 'học tập cải tạo', chị ở nhà bị mất việc làm thư ký tại một hảng buôn bị buộc phải đóng cửa. Thời buổi khó khăn, chị Năm vừa tảo tần nuôi đứa con trai 9 tuổi, vừa phụng dưỡng mẹ chồng già yếu, lại lo góp nhặt từng đồng mua thuốc thang và vài thức ăn đạm bạc mà chị nghĩ có thể chứa nhiều giá trị dinh dưỡng nhứt để thăm nuôi chồng. Nhưng chỉ vài tháng sau chị đau khổ nhận được hung tin chồng chị đã bị bịnh nặng và qua đời.

Nỗi đau mất chồng chồng chất lên nỗi khổ kiếm miếng ăn nuôi gia đình. Tình trạng kinh tế ngày càng khó khăn, cho tới khi nó đẩy chị Năm xuống ngồi bên vệ đường, mỗi ngày rửa chén cho một gánh bán cơm cháy chan nước cá kho gần nhà, để cuối ngày được hưởng vài hột cơm thừa đem về nuôi gia đình. Cả ngày chị ngồi thu mình trong chiếc nón lá, để tránh người quen bắt gặp.

Vài tháng sau, cơ duyên đưa đẩy chị móc nối được với một gia đình họ hàng ở Trà Vinh, tham gia đường dây dẫn người vượt biên. Mẹ chồng chị khuyên chị nắm lấy cơ hội mang đứa con trai của chị và cũng là đứa cháu nội duy nhứt của bà ra nước ngoài cho nó ăn học. Cái nón lá lại một lần nữa giúp chị che dấu thân phận trước những cặp mắt rình rập của công an. Trong chuyến '*làm ăn*' cuối chị đã đưa con xuống ghe vượt biên. Cái nón lá trở thành mái nhà che nắng đỡ mưa cho hai má con chị trong những ngày lênh đênh trên biển cả.

Những ngày đầu ở Winnipeg, có người vô tình hỏi, '*Sao chị không dục quách cái nón lá đi*'. Chị trả lời vỏn vẹn, '*Quen rồi*'. Không biết ý chị là quen xài nón lá hay quen trốn, quen núp, sau cái bóng của nó.

Sau khi chị đến Winnipeg không lâu, gia đình chị quá giang theo xe một người bạn, vượt qua hơn hai ngàn cây số giữa mùa đông băng giá để đến Montréal, một thành phố lớn đông người Việt ở Canada, để được ăn Tết lớn với đồng hương. Nơi đây chị mừng như gặp được vàng khi thấy có mấy chiếc nón lá bài thơ bày bán trong một gian hàng.

Chị hỏi mua hết cả chồng nón, nhưng người chủ gian hàng không chịu bán, vì coi đó là những '*món quà văn hóa*' ông muốn chia sẻ với bà con đến với hội chợ Tết và đặc biệt là với dân chúng địa phương. Chị đành mua hai cái thôi và tiếp tục đội nón lá đi làm '*nails*' tới hôm nay.

Chị Thân vừa mở cửa, chị Năm đã vội vã bước vào bên trong tiệm. Chợt chị ngoái đầu lại nhìn chị Thân chầm chầm như có chuyện muốn nói. Chị Thân hỏi,

- Có chuyện gì vậy chị Năm

Chị Năm giở nón lá xuống, lắc đầu như cố xua đuổi một ý nghĩ đang cắn rứt trong lòng,

- Không có gì.

Chị Thân mỉm cười, nhớ lời anh Thân luôn nhắc chị, *'Ngoài miệng người ta nói không có gì, là ... có gì đó.'* Chị Thân cố gợi chuyện cho chị Năm giãi bày tâm sự, hy vọng nếu *'có gì'* thì cùng nhau giải quyết, tránh phải ghim trong lòng nhiều chuyện không vui, dễ dẫn tới tức nước vỡ bờ. Chị Thân hỏi,

- Chị thấy tiệm mình lúc này ra sao.

Chị Năm do dự,

- Ờ cũng được.

Chị Thân bèn đánh thẳng vào trọng tâm,

- Chị thấy thợ mới của mình được không?

Câu hỏi gãi đúng chỗ ngứa của chị Năm.

- Em hỏi chị mới nói.

Chị Thân trách,

- Chỗ chị em mình hồi nào giờ, chứ bộ mới ngày một ngày hai gì sao mà chị còn rào trước đón sau.

Chị Năm đi cất cái nón lá vào một góc trong quày tiếp khách. Vừa bước ra chị nói,

- Em biết đó, con Hường đáng tuổi con cháu của chị. Chị đâu có tính toán gì với nó. Nó làm ăn được mình mừng cho nó chứ có sao đâu.

Trong đầu chị Thân lại vang lên lời cảnh báo của chồng, *'Nói có sao đâu, tức là có sao đó'*. Chị giương mày tỏ vẻ ngạc nhiên,

- Ủa, nó làm gì vậy chị?

Ngoài miệng hỏi vậy nhưng trong lòng chị Thân nghĩ mình đã biết câu trả lời. Sau ba năm làm thợ và mấy năm nay tiếng là làm chủ tiệm, nhưng chưa ngày nào chị Thân bỏ cái giũa trên tay xuống, nên nhiều chuyện lớn nhỏ xảy ra trong tiệm khó mà qua mắt chị được.

Chị Năm thở hắt ra, lắc đầu nói,

- Con nhỏ coi hiền hiền vậy, mà giành khách tổ sư. Chị ngồi kế bên nó, chị thấy hết trơn. Hễ thấy khách sộp vô là nó vớt liền, còn gặp chùm sò nó chừa cho chị.

Quả tình chị Thân đã sớm để ý thấy vấn đề này của Hường, nhưng chưa nghĩ ra hướng giải quyết. *'Khách sộp'* mà chị Năm nói tới là khách chịu chi nhiều tiền *'tip'*, hay tiền thưởng riêng cho thợ, ngoài tiền công tính theo giá biểu của tiệm nails. Ngược lại *'Chùm sò'* hay *'trùm sò'* là những khách *'tip'* ít, hay có khi không *'tip'* đồng nào.

Lúc trước thầy thợ trong tiệm tha hồ xếp loại khách theo màu da. Khách da trắng thế này thế nọ, khách da màu thế nọ thế kia. May nhờ có bé Thảo mỗi lần có dịp đến chơi với mấy dì, thường căn nhằn, khuyên mấy dì đừng nói những lời lẽ mang tánh kỳ thị, chẳng những không lịch sự với khách mà còn có thể phạm pháp nữa. Các dì và các chú đã nghe theo lời cháu. Từ đó trong tiệm chỉ nghe nhắc tới hai loại khách hàng: 'Tê Tê' và 'Tê Q'. 'Tê Tê' là loại 'Tip To'. Còn 'Tê Q' là loại ... chỉ nói '*Thank You*' (Cám ơn) rồi bỏ đi.

Mỗi lần nhìn thấy khách '*Tê Tê*' bước vào cửa thì dù đang bận cách mấy Hường cũng giơ tay lên, nói với chủ tiệm, '*Để em chị*'. Rồi cô nường cố giũa lẹ cho xong người khách đang được phục vụ, để giụt khách '*Tê Tê*' mới tới.

Lúc khác, thấy khách 'Tê Q' bước vào thì Hường giở trò hoãn binh, phớt lờ khách mới, giả bộ cặm cụi ngồi giũa câu giờ với bà khách đang làm. Vậy là chị Năm lãnh đủ. Cả ngày phải rước khách bèo 'Tê Q', không giận sao được.

Ba cái chiêu con nít của Hường làm sao qua mắt được chị chủ tiệm. Khổ nỗi tay nghề của Hường khá cao, lại được cái lanh tay lẹ chân, và nhứt là lanh miệng, lúc nào cũng ngọt sớt với khách. Còn chị Năm thì nhờ '*giũa*' lâu năm nên cũng đạt được một *cảnh giới* cao, được nhiều cô thợ trẻ trong mấy năm qua tôn làm '*sư mẫu*', nhưng làm sao nhanh nhẹn bằng Hường. Ngoài ra việc giao tiếp với khách cũng hạn chế, vì trở ngại tiếng Anh.

Chị Thân bèn vỗ vai chị Năm an ủi,

- Thôi được rồi chị để em nói chuyện với nó. Con nhỏ coi bộ cũng biết điều lắm đó chị.

Chị Năm tư lự một hồi,

- Ờ, thì em hỏi chị mới nói vậy. Em đừng nói nó biết, tránh sanh thù kết oán.

- Dạ, em biết. Chị yên tâm đi.

Dù chưa biết sẽ nói gì với Hường, nhưng chị Thân hiểu rõ nỗi khổ tâm của chị Năm. Ở trong tiệm, chị được nhiều người quý mến, coi như một người lớn trong gia đình. Mỗi lần gặp chuyện khó khăn, từ trong nhà tới ngoài tiệm, thường tìm đến nhỏ to tâm sự với chị để vấn kế. Bản thân chị bao giờ cũng ráng cư xử tốt với mọi người để khỏi phụ lòng kỳ vọng của họ, như chị vẫn thường than *'Làm người khó, làm chó dễ '*.

Chiều lại, trên đường anh Thân lái xe đưa chị Thân về nhà, chị kể lại cho chồng nghe chuyện cô Hường, để hỏi ý anh.

- Chuyện này tế nhị quá, em chưa biết tính sao. Con Hường mới vô nhưng giỏi lắm. Tay nghề cao, mà tiếng Anh cũng giỏi. Khách ngồi nghe nó nói chuyện cười híp mắt.

Anh Thân nhíu mày nghĩ ngợi,

- Em sợ nói ra đụng chạm, nó có thể bỏ đi tiệm khác hả.

- Dạ, nó giỏi lắm, muốn đi đâu mà không được. Nhưng nếu không nói ra thì tội cho chị Năm. Chỉ đối với tiệm mình, coi như gia đình rồi anh thấy không.

- Nếu nó giỏi vậy mình cho nó thêm *bonus* (tiền thưởng) để nó khỏi giành khách với người khác.

- Ờ phải hén. Anh tính cho nó bonus kiểu nào.

- Hiện giờ mình ăn chia tứ lục với nó phải không.

- Anh nói gì nghe ghê vậy, như dân du đảng hổng bằng. Mình là dân làm nail, Ô-kê.

Ở tiệm nail của anh chị Thân, giữa chủ và thợ đã có sự thỏa thuận. Thợ lảnh 60 phần trăm tiền thu được từ mỗi người khách, còn lại 40 phần trăm là phần của chủ tiệm.

Anh Thân đề nghị,

- Bây giờ mình hứa chia cho nó thêm một hai phần trăm nữa, tùy em quyết định con số chính xác.

Chị Thân thở phào. Nhưng lại thắc mắc,

- Em sợ không được đâu. Mấy người thợ khác biết được, họ sanh giặc cho coi.

- Mình dặn con Hường đừng nói ra, ai mà biết.

- Tánh em không thích dấu dấu, diếm diếm như vậy. Làm chuyện gì cũng phải quang minh chánh đại. Vã lại, trong trường hợp này nếu chị Năm biết được, mình còn mất hết chữ tín với chỉ nữa. Mặt mũi nào chị chị, em em với người ta.

- Vậy mình thêm cái lệ mới, ngoài 60 phần trăm ra thợ còn được hưởng thêm từ 1 tới 5 phần trăm tiền thưởng, tùy theo kinh nghiệm.

- Nói về kinh nghiệm thì chị Năm nhiều kinh nghiệm nhứt rồi. Vậy sao được.

Anh Thân không bỏ lỡ cơ hội, cười cười nói,

- Ờ phải há. Thiệt khó quá, không biết làm sao cho ổn. Hay là để ngày mai anh vô ... dỗ ngọt em Hường coi.

Chị Thân giật bắn người, quăng cả cái hộp má hồng đang cầm trong tay vào người anh Thân,

- Anh dám. Mấy cha nội này thiệt là vua lợi dụng thời cơ.

Anh Thân nhe răng cười. Sau khi cho xe đậu trước cửa nhà, nhặt hộp má hồng trả lại vợ. Chị vào nhà lo bữa cơm chiều, còn anh phải chạy đi hành nghề tay trái, sửa ống nước trong nhà cho một số thân chủ quen biết hay những người do họ giới thiệu. Chị Thân đi chưa được hai bước, đã quay người lại nhắc chồng,

- Lát nữa trên đường về anh nhớ ghé mua dùm em một bao khoai tây. Loại bao 4.5 kí-lô, giá 2 đồng 15 xu.

Anh Thân chưa kịp đáp, chị lại căn dặn thêm,

- Nhớ nha, loại bao lớn 4.5 kí-lô, giá 2 đồng 15. Kỳ trước anh rinh về một bịt 3 đồng rưởi ăn muốn mắc cổ.

Anh Thân nhìn vợ lắc đầu,

- Em làm mất tiếng chủ tiệm Nails hết.

- Tiếng gì mà mất chứ.

- Anh nghe người ta nói chủ tiệm Nails xài sang lắm. Ra tiệm ăn là phải kêu 2 con tôm hùm một lúc. Ngoại trừ bữa nào có cá chẻm chưng tương, thì một con tôm hùm lớn cũng được.

Chị Thân nguýt chồng,

- Tui để dành tiền cho ai vậy. Không phải để đóng tiền trường cho hai đứa con anh vô đại học sao.

Anh Thân, biết thân, rú ga cho xe vọt nhanh.

Công Chúa Trong Nhà

Chị Thân bước nhanh vào nhà, đi thẳng vô bếp, loay quay lo bữa cơm chiều. Chuẩn bị xong các thứ gia vị cho các món ăn, chị bắt qua làm bánh. Mấy lúc sau này dù bận thế nào chị cũng ráng làm bánh mỗi tuần hai lần cho các con ăn.

Lúc trước thấy hai đứa nhỏ *'làm biếng ăn trái cây'*, mỗi sáng chị gọt sẵn bôm, cam để trên bàn để dụ chúng. Dụ không được chị bèn nghĩ ra chiêu làm bánh trộn trái cây cho các con ăn. Chị làm bánh bông lan trộn chuối, trộn mấy lát bôm, hay mấy trái dâu tây. Bây giờ nghe nói trái việt quất (blueberry) bổ óc, giúp đầu óc sáng suốt minh mẫn hơn, chị Thân mua về cho út Win ăn.

Từ ngày Nghĩa nghe cô giáo ở trường nói *blueberry* là món ăn yêu thích của mấy chú gấu trong rừng, thì nó không dám ăn loại trái cây này nữa. Nó chê dơ. Tuy nhiên, sau khi trái cây đã trộn trong bánh thì không thấy nó *'ghê'* nữa. Chị Thân dù có nghe nói trái cây nấu lên sẽ mất nhiều chất dinh dưỡng, nhưng chị theo chủ nghĩa thực dụng, *'Không bổ bề ngang cũng bổ bề dài'*.

Ăn xong bữa cơm chiều, vừa đặt chén đũa xuống anh Thân cùng hai con đua nhau thả người trên ba chiếc ghế nệm êm trước màn ảnh ti-vi quá khổ chiếm trọn một góc tường. Trong khi chờ chị Thân ra xem video chương trình ca nhạc Việt, anh Thân hỏi thăm các con về chuyện học ở trường. Nói chuyện được ba tiếng, Thảo đã rủ em lên phòng chơi trò chơi điện tử mới.

Chị Thân bước ra phòng giải trí ngồi bên cạnh anh Thân, duỗi hai chân để lên bàn cà-phê thấp lè tè, ngả người ra sau thở phào sảng khoái. Anh Thân vô bếp xả nửa thao nước ấm bưng ra cho vợ ngâm chưn.

Nhìn vẻ mệt mỏi của chị Thân, anh nói,

- Em nên dạy con nấu ăn, để nó có thể phụ em.

- Thôi để nó học.

- Học thì học, cũng phải phụ làm việc nhà chứ.

- Nó còn nhỏ, bắt nó làm công chuyện nhà thấy tội.

- Thương con là tập cho con có thể sống tự lập, như tập quán người Canada vậy. Anh thấy cái đó hay.

- Thôi đi anh ơi. Làm như vợ chồng bà Linda kế bên nhà mình, em làm không được đâu. Hai vợ chồng họ làm gì mà đếm từng ngày, chờ cho con trai họ dọn ra khỏi nhà.

- Ờ, vợ chồng nó hơi quá đáng. Tuần rồi gặp họ ngoài sau vườn, hai ông bà hí hửng khoe thằng con trai đã lấy được bằng lái xe. Mình chưa kịp mở miệng chúc mừng, họ đã chua thêm, '*Vậy là nó có thể dọn ra riêng được rồi*'.

- Thiệt em không hiểu nỗi, con cái mà sao họ đuổi như đuổi tà.

- Bởi vậy, làm chuyện gì cũng phải có chừng mực. Cưng con như em, anh nghĩ cũng quá đáng.

- Em muốn cho con được hưởng trọn vẹn tuổi thơ mà anh. Đời người chỉ được '*Hai mươi năm đầu, sung sướng không bao lâu...*', như trong bài hát '*60 Năm Cuộc Đời*' của nhạc sĩ Y Vân đó.

- Anh lo em ôm đồm quá sức thôi.

Chị Thân lớn lên là một công chúa, như những đứa trẻ may mắn khác sanh ra trong nhiều gia đình Việt Nam. Chúng đều là những hoàng tử và công chúa bé bỏng của cha mẹ. Dĩ nhiên không phải vì cha mẹ chúng là những ông hoàng bà chúa, hay những người có tiền rừng bạc bể để mang lại một cuộc sống vương giả cho chúng. Cuộc sống của cha mẹ chúng có thể chật vật, thiếu thốn mọi bề, nhưng tấm lòng và sự hy sinh bao la của họ đối với con cái thì không ngai vàng hay tiền bạc nào có thể sánh bằng.

'Con khỏi cần phải làm gì hết, chỉ lo học cho má thôi', là lời dặn dò mà chị Thân thường xuyên nghe mẹ chị nhắc nhở. Bà cáng đáng hết mọi việc trong nhà, để chị có thời gian học hành. Chẳng may những ngày hạnh phúc qua nhanh. Loạn lạc nổi lên khắp nơi. Những cuộc giao tranh khốc liệt giữa các đảng phái và giáo phái đã trực tiếp hay gián tiếp cướp đi những gì quý giá nhứt trong đời chị. Cha mẹ chị lần lượt ra đi không lời từ giã.

Người tin vào luật bù trừ sẽ không ngạc nhiên khi chứng kiến nỗi bất hạnh đã góp phần tôi luyện ý chí sinh tồn nơi chị, giúp chị vượt qua bao cơn bão táp phong ba, trở thành một phụ nữ thừa nghị lực làm lại cuộc đời nơi xứ lạ quê người.

Suốt cuộc hành trình cam go, đầy thử thách, chị luôn giữ vẹn ngọn lửa tình thương của cha mẹ trong tim, như ngọn hải đăng soi sáng con đường chị tìm đến với các con, để nói với chúng, qua sự chăm sóc miệt mài của chị, là tình thương vẫn còn hiện diện trên cõi đời này. Đó cũng là cách chị bày tỏ tấm lòng báo hiếu ngọt ngào đối với đấng sanh thành.

Hai vợ chồng cùng hướng về cái ti-vi ở góc phòng, theo dõi chương trình ca nhạc tại hải ngoại. Một cách thư giản tuyệt vời, sau một ngày dài chào hỏi bãi buôi với khách hàng, bằng những câu tiếng Anh đầu lưỡi như '*Hello, how are you?*' (Chào bạn, bạn khỏe không?). Ngoài ra còn phải ráng nói toàn tiếng Anh giữa người Việt với nhau, theo đúng quy định do chị Thân đặt ra để tỏ lòng tôn trọng khách.

Trên màn hình ca sĩ Thanh Tuyền nhẹ nhàng thả bước ra sân khấu theo từng nốt nhạc, giữa không gian yên tỉnh, trong không khí đợi chờ. Bỗng dưng tiếng hát cao vút trổi lên, cuốn hút người nghe vào cơn lốc xoáy, ném ra tận tiền đồn, dẫn tới căn gác trọ, đưa vào sân trường giữa mùa phượng đỏ. Giọng ca quen thuộc kéo theo mây, đem theo mưa, đưa cả linh hồn lẫn thể xác kẻ lạc loài về tận mảnh đất quê hương của một thời để nhớ để thương.

Cứ như vậy mà anh chị Thân miên man nhập cuộc, theo từng lời ca, điệu nhạc, lúc bổng khi trầm, khi khoan khi nhặt. Nếu tiếng hát Thanh Tuyền đã cướp trọn hồn lãng tử, thì giọng ngâm của Hoàng Oanh nhẹ nhàng thả hồn theo mây, cho gió cuốn theo nhạc, đưa con thuyền ký ức ngược dòng thời gian, tìm về những ngõ ngách tâm hồn, để vui để buồn, hay để nghe tình yêu thỏ thẻ bên tai, đánh thức cả tuổi thơ ngọt ngào.

Những đứa con xa nhà đến với các chương trình ca nhạc Việt ở hải ngoại để tìm lại những ánh mắt, nụ cười quen thuộc, để nghe lại tiếng nói đầu đời, qua những câu hò điệu hát, vọng về từ núi rừng, sông nước Việt Nam. Để biết mình vẫn còn có nhau, để yên lòng là vẫn còn đó đàn con của Mẹ Âu Cơ.

- Thôi em biết rồi anh ơi. Nghe em nói nè.

Dù không biết vợ mình muốn nói gì, nhưng anh Thân thừa hiểu chị không đang nói tới chuyện sân khấu mà hai người đang xem. Anh nài nỉ,

- Em làm gì vậy, mình đang coi 'sô' mà. Chuyện gì cũng để hồi sau phân giải.

- Em có cách giải quyết chuyện giành khách trong tiệm rồi.

- Nghe nhạc cũng không yên với em hè. Anh thấy nhạc sĩ Song Ngọc nói đúng: *'Ôi đàn bà là những niềm đau.'*[6]

- Ngày mai, em đề nghị một buổi họp, để tuyên bố chung trước mặt mọi người là nên tránh nạn thợ giành khách hàng với nhau ở tiệm mình. Mình không nói riêng ai, tránh mích lòng.

Anh Thân ngẫm nghĩ,

- Cũng hay, nếu chỉ nói riêng với con Hường sợ nó tự ái rồi xin nghỉ việc. Và cũng chưa chắc mình biết ai lỗi ai phải. Chi bằng cứ kêu gọi tinh thần tự giác của mọi người. Hy vọng người biết điều sẽ sửa đổi nếu họ lỡ phạm sai lầm.

- Đúng rồi. Ít ra bước đầu cũng nên làm vậy đã.

Anh Thân thở phào nhắc vợ,

- Thôi tới kịch rồi kìa, có nghệ sĩ hài ruột đó, coi đi.

Chờ đợi mấy tháng nay mới gặp lại Kiều Oanh, làm sao chị Thân có thể bỏ qua được. Anh Thân chợt vui mừng kêu lên,

- Ý, còn có Ngọc Đan Thanh nữa.

- Em rất thích chỉ, chẳng những chỉ ca rất ngọt, mà còn có một biệt tài khác. Đố anh biết tài gì.

- Đóng kịch hả?

---

[6] Ca khúc 'Đàn Bà', 1984, của nhạc sĩ Song Ngọc.

- Đúng rồi, nhưng còn một tài khác nữa.

- Tài gì vậy?

- Bả chuyển âm trong mấy tập phim bộ mình coi đó.

Anh Thân chợt nhớ ra,

- Ờ phải hén. Em biết không, giọng sân khấu của bả là giọng thanh lịch của người Sài Gòn xưa đó.

Chị Thân nguýt chồng,

- Sao nghe quen quen vậy.

Biết vợ ám chỉ kẻ thứ ba mà anh quen thời xửa thời xưa, anh Thân biết thân, và cũng muốn được yên thân để coi kịch, bèn đánh trống lảng,

- Anh thích coi kịch trước khi đi ngủ. Ngủ rất ngon.

- Cái đó có thiệt. Khoa học giải thích được nha anh.

- Anh biết. Các nghiên cứu cho thấy khi mình cười, cơ thể bài tiết một chất hốc-môn có thể làm giảm stress (căng thẳng), và còn khiến mình cảm thấy khoái chí, yêu đời hơn. Bởi vậy không ngủ ngon sao được.

- Em còn nghe là dù không có chuyện gì vui, mình chỉ giả bộ nhăn răng cười, cơ thể cũng có thể tiết ra chất hốc-môn này. Anh coi ngộ không.

Màn kịch trên sân khấu đã kết thúc mà chị Thân vẫn còn ôm bụng cười. Chị ngả mình vô người chồng, vỗ vai anh bình bịch, miệng vừa cười vừa cố lập lại mấy câu tiếng Mỹ ba trợn, lại ba rọi, nửa nạc Việt, nửa mỡ Mỹ, mà một danh hài phun ra phèo phèo trên sân khấu.

Anh Thân cười không kém, hai mép vẫn còn vướng bên mang tai. Anh quờ quạng tìm cái *remote* bấm tắt ti-vi, không nói không rằng ẫm vợ lên, trực chỉ hướng phòng ngủ trên lầu. Chưa qua khỏi phòng ăn, chị Thân đã vùng vẫy vuột ra khỏi tay anh,

- Để tui làm lunch (cơm trưa) cho con, ông ơi.

Chị đi thẳng vô bếp, làm hai cái xăn-uýt (bánh mì kẹp thịt), và rửa hai trái bôm, để sẵn trong hai hộp ăn trưa cho các con ngày mai đi học mang theo. Anh Thân xụi lơ, ôm bầu tâm sự lững thững leo lên lầu một mình.

Tiệc Lẩu Thái

Gần hai chục người, vừa thợ Nails, vừa con cái và cả vài người thân của thợ, quây quần trong tiệm Nails Búp Măng dự buổi tiệc lẩu Thái do đầu bếp Hường chuẩn bị. Chị Thân ủng hộ hải sản chất lượng. Anh Thân bắt đầu trải hai tấm vải lều *polyester* màu xanh lá cây ra giữa sàn. Cô Phượng, một thợ mới, quỳ gối xuống cẩn thận vuốt thảm từ trong ra ngoài cho thẳng.

Phượng đang thực tập cách sơn móng tay dùng bột màu khô. Tiếng trong nghề gọi là 'Điếp'[7], nhái theo chữ 'Dip' trong tiếng Anh có nghĩa là *nhúng vào*. Theo kỹ thuật sơn mới này, sau khi vuốt lớp keo nền lên móng tay, phải nhúng cả đầu ngón tay vào lọ bột màu, cho bột bám vào móng. Thường phải lập đi lập lại hai ba đợt cho màu được đậm nét và chắc, khó trốc. Cách này tiện hơn dùng *'Gel'* vì ở công đoạn chót khỏi phải mất nhiều thời gian hơ cho khô màu.

Phượng đứng núi này trông núi nọ, đang còn trong thời gian thực tập phương pháp 'Điếp', nhưng nghe tin một cô bạn khởi nghiệp cùng lúc đang học kỹ thuật đắp bột Acrylic ở tiệm kế bên, nên cũng muốn biết. Trong trường hợp này bột màu là bột nhão, nên thợ phải dùng cọ vít từng mảng bột từ trong lọ ra, đắp lên móng tay, rồi vuốt nó ra. Bởi vậy phương pháp sơn móng tay này còn gọi là *'Đắp bột'*, để phân biệt với cách nhúng bột khô.

---

[7] Điếp: Chữ tiếng Anh là 'Dip' hay 'Nhúng vào'. Ở đây có ý nói nhúng ngón tay vào lọ bột màu.

Phượng nhìn chị Thân nửa đùa nửa thật,

- Chị Thân ơi, bữa nào chị dạy em cách đắp bột nha chị.

- Ờ, chừng nào em rành làm 'Điếp', mình qua 'Đắp'.

Quang trố mắt nhìn Phượng quở,

- Nhỏ này chưa biết đi đã đòi học chạy.

Hường, lớn hơn Phượng một tuổi, lên giọng chị hai,

- Ờ, không biết thì hỏi người ta. Chỗ tiệm chị làm trước đây, có một bà chuyên môn học lóm rồi làm càn. Khách người ta cồm-lên (phàn nàn) quá trời.

Hường chồm lên thêm miếng nước sôi vào hai nồi lẩu, kể tiếp,

- Nhìn bả đắp bột thấy cười quá trời. Người ta để cục bột lên móng tay, vuốt nhẹ ra thấy thương, còn bả tri cục bột ra tầy quầy. Chị chủ cằn nhằn, kêu bả lấy nước sơn, sơn luôn đi, chứ đắp bột chi cho mệt.

Quang cười ngặt nghẽo,

- Kiểu của bả là ... đập bột chứ 'Đắp bột' gì. Bữa nào gặp khách khó tánh, coi chừng bị họ đập đó.

Hường thêm,

- Ừ, cái đó là làm mani (làm tay), chứ còn làm pedi (làm chân) thì coi chừng bị ăn đạp.

Ai nấy cười lăn cười bò trên sàn. Quang hớp xong một ngụm bia, hướng mắt ngó lên trần ra vẻ triết gia,

- Bởi vậy ông bà mình mới có câu ... *Nghề nails cũng lắm công phu*! Điếp, Đắp, Đập, Đạp gì cũng có hết trơn.

Chị Thân nghe cũng phải bật cười, nhưng cười chưa dứt đã lo không biết câu chuyện sẽ dẫn đến đâu. E là Hường có ý xỏ xiên ai đó trong tiệm, chị nhắc chừng,

- Ê, ê, bữa nay là để xả xì-trết (stress) nha. *No shoptalk, OK guys* (Không nói chuyện nghề nghiệp nha các bạn).

Quang thắc mắc,

- Mình nói chuyện vui mà chị.

- Ông bà mình dạy, giận quá mất khôn, no quá mất ngon. Nhưng còn quên một chuyện.

- Chuyện gì vậy chị

- Vui quá cũng không tốt.

- Sao kỳ vậy chị.

- Chị sợ cái mửng bắt đầu là chuyện vui của tiệm người khác, rồi quẹo qua tiệm mình lúc nào không hay, sau đó là chọc ghẹo nhau.

- Chọc nhau một chút cũng vui mà chị. Cũng xả xì-trết đó.

- Chị biết, ở xứ này người ta nói chọc ghẹo nhẹ nhàng cũng là một cách kết nối tình cảm hay xây dựng tình thân. Nhưng nếu đi quá đà, làm người khác bực bội thì không tốt. Cái gì cũng có giới hạn của nó.

Anh Thân hiểu ý vợ, vội nâng lon bia lên rủ Quang và mọi người,

- Thôi mình vô đi. Nước sôi rồi. Vô! Vô! Vô!

Ai nấy vui vẻ hưởng ứng, người giơ cao lon bia, kẻ nâng cao ly nhựa đựng nước ngọt cụng nhau cạch cạch. Hường đứng dậy tháo tấm tạp dề đeo trước thân người lúc nấu nướng ra. Chị Năm và chị Thân giật mình trố mắt nhìn chiếc áo đầm trắng vải ren sang trọng, phảng phất hình ảnh công nương Diana dạo vườn ngự uyển ở Vương Quốc Anh. Chị Năm mím môi ngó chỗ khác. Chị Thân liếc mắt theo dõi anh Thân.

Hường chưa ngồi xuống hẳn trên sàn, đã chồm lên gắp hai miếng sò điệp lớn bằng ngón cẳng cái, đem trụng nước sôi, rồi để vào chén của Đức, con trai của chị Năm ngồi kế bên, và thỏ thẻ giọng quen biết lâu ngày,

- Để em gắp thịt cho anh.

Càm chị Năm thiếu điều rớt tới đất. Đức, một sinh viên y khoa, được chị Năm dấu rất kỷ, để cậu có thể tập trung lo chuyện học hành. Đến độ những người mới quen sau này tưởng chị độc thân. Chỗ quen biết lâu ngày như anh chị Thân cũng ít khi có dịp gặp Đức, vậy mà sao Hường quen được con chị, lại tỏ ra thân thiện nữa, chị thắc mắc. Từ đó chị Năm ăn lẩu mà như uống thuốc Nam, nghe thấy toàn vị rau đắng trên đầu lưỡi.

Đức được người đẹp phục vụ, càng hạnh phúc, quơ đũa và mấy cái gần hết chén bún. Lúc nãy khi nghe bàn về những phương pháp sơn móng tay, Đức chợt có một ý nghĩ muốn đóng góp, nhưng chưa kịp phát biểu thì bị chị Thân bất ngờ cắt đứt câu chuyện. Bây giờ thấy bầu không khí buổi tiệc có vẽ trầm lặng, Đức vừa để chén bún xuống, có ý khơi chuyện với anh Thân,

- Dượng ơi, sao dượng không tổ chức hội thảo.

Anh Thân thắc mắc,

- Tổ chức gì vậy cháu.

- Năm ngoái cháu được đi dự hội thảo với thầy cháu ở Hạ Uy Di. Thích lắm.

- Hội thảo gì vậy cháu.

- Hội thảo khoa học thần kinh đó dượng.

Anh Thân kín đáo nhìn vợ. Chị Thân hiểu ý chồng muốn nói, '*Coi chị Năm bắt thằng nhỏ học quá, nó khờ rồi kìa.*' Chị nhanh chóng lảng tránh ánh mắt chồng, sợ chị Năm đọc được tín hiệu hai vợ chồng chị gởi cho nhau. Anh Thân nhìn Đức thương hại nói,

- Dượng làm móng tay, biết gì về thần kinh mà tổ chức hội thảo, con.

Chị Thân suýt bật cười thành tiếng. May mà nén kịp, nhưng xém chút bị sặc cọng bún ra lỗ mũi. Đức quơ hai tay khoác lia lịa trong không, cải chính,

- Không phải vậy dượng ơi. Ý cháu nói là, dượng cũng có thể làm hội thảo về Nails đó. Để những thợ nails gặp nhau trao đổi kinh nghiệm trong nghề. Hồi nãy cháu nghe sơ sơ đủ thấy có những kỹ thuật làm nails hay quá. Ở nhà má cháu cũng thường kể cho cháu nghe nhiều chuyện chuyên môn khác trong nghề.

Anh Thân gật gù,

- Té ra vậy. Ý kiến coi bộ hay đó, nhưng không biết có ai làm hội thảo nghề nghiệp kiểu đó không cháu.

- Có, dượng ơi. Lần đó trong khách sạn chỗ cháu ở, cháu thấy còn có một hội thảo khác của mấy người thợ hớt tóc. Đọc tờ quảng cáo của họ cháu thấy ngoài vần đề kỹ thuật họ còn trao đổi kinh nghiệm quản lý tiệm hớt tóc nữa. Ngoài ra còn nhiều tiết mục thảo luận về các sản phẩm trong ngành liên quan tới việc chăm sóc tóc.

Anh Thân nhìn Đức thán phục,

- Vậy hả. Cháu giỏi quá, lại có óc quan sát nữa.

Anh mỉm cười nhìn sang vợ như để chia sẻ, '*Thằng nhỏ khôn thành trời.*' Sau một chập suy nghĩ anh Thân nhìn Đức dò hỏi,

- Cách người ta tổ chức hội thảo như thế nào vậy cháu.

- Cháu nghĩ cần có một địa điểm hấp dẫn, các đề tài mà nhiều người trong ngành quan tâm, và cần có diễn giả nổi tiếng, đầy kinh nghiệm.

- Chà muốn có một địa điểm tốt như Hạ Uy Di chắc tốn kém dữ lắm há.

Đức nhanh nhẩu đáp,

- Mình cần '*sponsors*' dượng ơi. Phải có các cá nhân hay cơ sở thương mại đỡ đầu, hỗ trợ cho chi phí hội thảo. Trong trường hợp này chắc mình có thể nhờ các hãng làm gel, làm bột, hay làm nước sơn móng tay, thí dụ vậy.

Anh chị Thân bắt đầu cảm thấy hứng thú với đề nghị độc đáo của Đức. Anh Thân cười cười nửa đùa nửa thật,

- Ý kiến quá hay. Mình cũng có thể tổ chức trên du thuyền, hay những nơi danh lam thắng cảnh khác, để qui tụ mấy anh chị em làm nails trên thế giới về đó, mỗi năm một lần.

Nhiều người gật đầu tán thưởng, kèm theo nhiều tiếng hưởng ứng,

- Vui à nha!

- Có hội thảo kiểu đó tui cũng muốn đi. Vừa đi chơi vừa học hỏi thêm, lại gặp nhiều bà con mình.

Hường hớn hở reo mừng,

- Anh Thân ơi, tổ chức đi. Dẫn em theo nha anh!

Nụ cười đang nở tươi trên môi chị Thân, chợt biến mất tiêu lúc nào không hay. Anh Thân vội vàng chữa cháy, nâng lon bia lên rủ rê hết người này tới người nọ cụng ly,

- Vô, vô, vô!

Nụ Tình Yêu

Sau tiệc lẩu Thái ở tiệm Nails, vừa bước ra tới xe riêng chị Năm đã trách Đức,

- Má dạy con hoài sao con không nghe vậy.

Đức chưng hửng,

- Nghe chuyện gì má.

Chị Năm lắc đầu ngao ngán,

- Má nói con lo học trước đi. Học cho xong, cho có cuộc sống ổn định trước đã.

Đức ngạc nhiên không ngờ mẹ mình đã biết chuyện mình lén lút hẹn hò với Thảo. Trong lúc Đức lựa lời giải thích, chị Năm đã bực bội hỏi,

- Chỉ vài tháng nữa con là bác sĩ thực thụ rồi. Con nghĩ coi con có thể lấy một đứa thợ neo về làm vợ không?

- Sao má phân chia giai cấp vậy má.

- Không phải má phong kiến hay giai cấp, nhưng con nghĩ coi bà nội con có đồng ý cho con lấy nó không.

Tình cờ lái xe ngang một chiếc xe đổ rác đậu bên lề đường, Đức chỉ tay hỏi chị Năm,

- Má thấy xe rác đó không, nó chạy ngang nhà mình mỗi tuần. Trên xe có ông tài xế ngồi phía trước, và một thanh niên cỡ tuổi con đeo theo trên cảng sau. Mỗi lần xe ngừng lại trước cửa nhà ai, anh ta nhảy xuống khiêng thùng rác của nhà đó lên, đổ vô xe. Anh ta cứ phải đứng sau chiếc xe rác cả ngày để làm có mỗi công việc như vậy.

- Ý con là sao. Con muốn đi đổ rác hả.

- Con chỉ muốn hỏi tại sao người làm công việc đó phải là anh ta mà không thể là con. Xã hội cần người đổ rác, nếu người đó không phải là anh ta thì phải là con, hay một người khác chứ. Tùy hoàn cảnh hay điều kiện cá nhân mà mỗi người trong cộng đồng chia nhau ra làm một việc. Không có nghề nào sang, cũng chẳng có nghề nào hèn.

Chị Năm cảm thấy con mình thật sự đã trưởng thành. Chị thừa hiểu những gì con chị muốn nói. Tình thương cha mẹ dành cho con cái thật cao cả, nhưng khi cố hướng lên quá cao, dễ vấp phải những cái bẫy dưới thấp của vị kỷ và đố ky, để rồi trong mắt của cha mẹ chỉ còn thấy có mỗi con mình. Con cái thiên hạ đều là cỏ rác.

Đức thấy mẹ không nói gì nên ngỏ ý thăm dò,

- Thảo còn đi học, chứ đâu có làm nails đâu má.

- Má đâu có nói chuyện con Thảo. Má thấy con Hường ngồi kế bên chăm chút cho con kìa.

Đức thở phào, trút gánh nặng ngàn cân. Té ra Đức hiểu lầm ý của chị Năm.

- Hường có bồ rồi má ơi. Người ta tính chuyện đám cưới tới nơi rồi, má nói gì vậy.

- Ủa vậy hả.

- Thằng đó là bạn học của con. Hai người họ dấu dữ lắm. Con cũng mới biết thôi, sau khi tình cờ gặp họ ở phòng ăn của bịnh viện mấy tuần trước.

Chị Năm phì cười,

- Má xin lỗi đã hiểu lầm.

Trong lòng chị cũng cảm thấy lâng lâng một niềm vui, vì nhờ vậy mà chị biết thêm về tâm tư của con. Dù hai mẹ con sống hủ hỉ bên nhau lâu ngày, nhưng ít khi có dịp trao đổi hay tâm sự điều gì. Chị cố giải thích lời lẽ có vẻ miệt thị Hường mà chị lỡ thốt ra trong lúc bực bội,

- Má hiểu ý con. Vã lại qua nhiều năm sống ở đây, ít nhiều má cũng học được những tư tưởng phóng khoáng của người ta. Má thật ra đâu nghĩ tới chuyện chấp nhứt con yêu ai hay lấy ai. Nhưng, trong trường hợp của Hường, má nghĩ, ...

Chị nghĩ ngợi, tìm cách giải thích,

- Con học bác sĩ chắc biết đó, nhiều khi mình ghét người khác là thật ra ghét chính bản thân mình. Má không thích Hường có thể vì cô ta nhắc má nhớ tới hình ảnh của má khi xưa. Từ một tiểu thơ cành vàng lá ngọc mà cũng có ngày phải ngồi bên lề đường, đội nón lá trên đầu che dấu mặt mũi, rửa chén cho người ta để đổi miếng ăn qua ngày.

- Dạ con hiểu, má.

- Vả lại, như ở xứ này người ta thường nói, mỗi di dân đến đây đều mang theo một mớ hành trang, có thể là những ràng buộc về phong tục tập quán từ nơi họ đến, hay những nỗi niềm riêng tư trong lòng khiến họ phải từ giả đất nước của họ trước đây.

Chị Năm do dự rồi nói tiếp,

- Má cũng vậy, ở đây mà ngày nào cũng nghĩ tới ba con và bà nội con. Má chỉ mong cho ba con được vui ở suối vàng, và bà nội con được hãnh diện về con. Bây giờ con coi như đã thành tài, má lại lo tiếp, là tìm một chỗ môn đăng hộ đối để lo chuyện tương lai cho con. Coi như đó là ước nguyện cuối đời của má đối với bà nội và ba con.

Đức nắm tay mẹ vừa như để bày tỏ lòng cảm thông, vừa như van xin mẹ dừng lại những lời nói như cầu khẩn đối với con. Đức sợ đánh mất người mẹ mà Đức biết, một người mẹ mạnh mẽ, đầy nghị lực, đã từng vượt qua bao phong ba bão táp của cuộc đời, mà Đức từng nhiều lần chứng kiến.

Đức như đứng trước ngã ba đường, không biết có phải là thời điểm thích hợp để nói cho mẹ biết về tình cảm mình dành cho Thảo, và những dự tính trong lòng về tương lai của hai đứa hay không.

Từ năm học lớp 9, Thảo đều đặn tham gia các công tác phục vụ cộng đồng để thỏa mãn điều kiện tốt nghiệp trung học. Năm đầu Thảo tháp tùng một ban nhạc tài tử, đến các viện dưỡng lão đờn ca giúp vui cho quý vị cao niên vào mỗi cuối tuần.

Ban nhạc do vợ chồng một ông luật sư thành lập. Trong đó còn có một ông kế toán và một công chức đã về hưu. Mỗi người có thể sử dụng một loại nhạc cụ, người thổi kèn, kẻ đánh Tây Ban Cầm, người đờn Ukulele, còn được gọi là ghi-ta Hạ-Uy-Di. Riêng bà luật sư thủ vai ca sĩ góp vui.

Thảo có khiếu ca hát từ nhỏ, có lẽ nhờ thường xuyên coi các băng đĩa nhạc Việt Nam và nghêu ngao hát theo các ca sĩ. Ở trường học, Thảo cũng thường tham gia các chương trình văn nghệ của học sinh, nên được một thầy giáo biết đến và giới thiệu với ban nhạc thiện nguyện.

Với bản chất yêu tha nhân và lý tưởng tuổi trẻ vốn có, sau khi đã hoàn tất số giờ làm thiện nguyện cần thiết theo yêu cầu của nhà trường, Thảo xin được tiếp tục cộng tác với ban nhạc phục vụ cộng đồng. Từ đó ban nhạc có sáng kiến chọn thêm một bài ca tiếng Việt cho Thảo hát. Tình cờ vị công chức người Canada gốc Mỹ, biết một ca khúc của nhạc sĩ Phạm Duy, mà ông ấp ủ từ lâu, từ lần đầu nghe danh ca Bạch Yến, trong đoàn văn nghệ của kịch sĩ nổi tiếng Bob Hope, trình diễn trên một chiến hạm của hải quân Hoa Kỳ. Ca khúc *Ngậm Ngùi*.

Một hôm tại phòng sinh hoạt của viện dưỡng lão Red River, mà người Việt tha hương nhớ nhà ban cho nó cái tên tiếng Việt là viện dưỡng lão '*Sông Hồng*', các vị cao niên ngồi chật năm dãy ghế xếp thành hình vòng cung trước ban nhạc. Thảo đang thả hồn theo tiếng hát ....

Nắng chia nửa bãi chiều rồi

Vườn hoang trinh nữ xếp đôi lá rầu

Sợi buồn con nhện giăng mau

Em ơi hãy ngủ anh hầu quạt đây [8]

Mắt Thảo chợt bắt gặp một hình ảnh quen thuộc, thân thương. Ở hàng ghế ngồi phía sau cùng, một phụ nữ bản địa trạc tuổi mẹ Thảo đang ngồi lom khom sơn móng tay cho một bà lão, trong lúc bà nghe nhạc.

Sau buổi hát, Thảo tìm đến gặp bà lão, được biết bà thường được con gái đến thăm và chăm sóc bộ móng tay cho bà. Bà nhìn Thảo với ánh mắt trẻ thơ, hãnh diện xòe hai bàn tay ra trước mặt,

---

[8] Trích lời bài hát Ngậm Ngùi của nhạc sĩ Phạm Duy.

khoe với Thảo những chiếc móng tay đỏ tươi. Bà nở nụ cười hồn nhiên, tuồng để nói, '*Coi móng tay mới của tui nè*'.

Một gợn mây đen chợt xuất hiện giữa bầu trời quang đảng, lòng Thảo chùng xuống, khi nhận ra dường như bà lão đã không còn biết bản thân là ai. Nếu có vị ngọt trong trái đắng, thì nó đến từ những thứ bà còn giữ lại trên bước đường về miền miên viễn. Một nụ cười đơn thuần cùng ánh mắt lung linh của vì sao lạc, mà Thảo tin sẽ sống mãi bên muôn vàn tinh tú thắp sáng vũ trụ hàng đêm.

Thảo chợt có ý nghĩ tham gia hành trình của người phụ nữ hiếu thảo để thắp sáng không chỉ một ngôi sao mà nhiều ngôi sao khác nữa đang đến với muôn vàn thiên hà ngoài khoảng không vô tận. Từ đó mỗi lần theo ban nhạc thiện nguyện đến giúp vui tại một viện dưỡng lão, cô bé Thảo luôn mang theo một chai sơn móng tay, màu đỏ mận, để '*làm đẹp*' cho các cụ bà không có người thân đến thăm.

Rồi vào một chiều đông, con trai một chị thợ Nails khác, anh sinh viên y khoa tên Đức, trang bị với trái tim nhân hậu, đã tìm đến viện dưỡng lão '*Sông Hồng*'. Đức đến chia sẻ cùng cư dân những kiến thức y học phổ thông về việc chăm sóc sức khỏe người cao niên.

So với những gì Đức ao ước được dâng hiến, Đức đã tình cờ nhận lại được gấp bội. Đức đã gặp lại Thảo, nhưng lần gặp gỡ này khác những lần trước. Dường như là lần đầu họ khám phá sự gặp gỡ giữa hai tâm hồn. Nếu tình thương tha nhân đã mang hai người tuổi trẻ Việt Nam đến với nhau, thì tình yêu đã khắc đậm hình bóng hai người trong đôi tim nhân ái.

Quán Xuyến Gia Đình

Thứ Ba, ngày tiệm Nails Búp Măng đóng cửa, ăn cơm trưa xong anh Thân gọi vợ ra phòng giải trí xem video nhạc Viêt Nam. Chị Thân từ chối, đi thẳng vô bếp, miệng lẩm bẩm,

- Em phải làm bánh cái đã.

Loại bánh bông lan cũ mà chị thường làm, nhưng lần này với công thức mới do một chị bạn bên Mỹ viết tay gởi qua. Anh Thân ngồi ngoài phòng giải trí coi ti-vi với hai đứa nhỏ.

Chị Thân đứng trong nhà bếp gọi ra,

- Anh ơi, nửa *'pint'* là bao nhiêu lít vậy?

- Sao giá cả đồ ăn em rành quá, món nào giá bao nhiệu em cũng nhớ hết, nhưng mỗi lần đụng tới đơn vị đo lường của Mỹ em chịu thua vậy.

Chị Thân tay cầm chén nước, mắt dán vào tờ giấy ghi công thức làm bánh, nói vọng ra,

- Anh muốn chiều nay có bánh ăn hay không thì nói đi. Trả lời lẹ lên để người ta làm cho xong.

- Đợi anh một chút. Anh lấy sổ ra coi.

Canada với Mỹ nằm kề bên nhau, chia sẻ đường biên giới dài nhứt thế giới, vậy mà mỗi bên theo một hệ thống đo lường khác nhau.

Canada theo hệ thống quốc tế, còn Mỹ có hệ thống đong đo riêng, không giống ai, ngoại trừ có nguồn gốc từ Vương quốc Anh. Tuy nhiên tới ngày nay thì hệ thống đo lường của Mỹ cũng có chỗ khác với bên Anh.

Từ mấy chục năm nay không ít chuyên gia kỹ thuật của Mỹ đã năm lần bảy lượt đề nghị nước Mỹ nên thuận theo tiêu chuẩn quốc tế mà dùng, nhưng chưa bao giờ thành công. Không biết lý do vì tự hào dân tộc hay vì áp lực của giới tư bản Mỹ quá mạnh. Việc thay đổi đơn vị nói nghe đơn giản trên giấy tờ, nhưng nếu thực hiện sẽ ảnh hưởng tới việc thay đổi toàn bộ máy móc và dụng cụ sản xuất đã dùng xưa nay tại Mỹ. Điều này đòi hỏi một số vốn đầu tư không nhỏ từ các công ty.

Từ lâu anh Thân đã bị vợ hỏi những câu tương tự, nên có ghi lại công thức chuyển đổi đơn vị trong một cuốn sổ nhỏ, để lăn lóc đâu đó, lẫn với mấy cuốn tạp chí tiếng Việt nằm ngổn ngang trên bàn cà-phê. Trong khi chờ đợi, chị Thân thay đổi để tài,

- Thằng Đức con chị Năm lâu ngày không gặp, coi bộ nó trổ mã dữ hả anh.

Anh Thân vừa lật sổ tay tìm mấy con số hoán đổi đơn vị, vừa trả lời,

- Vợ chồng thiệt có thần giao cách cảm. Anh cũng đang nghĩ tới nó đây.

Anh Thân ngước nhìn Thảo, thấy con gái đang mê mẩn coi ti-vi với em nó, nên yên tâm nói bóng, nói gió với vợ,

- Bộ em muốn làm sui với chị Năm hả.

Chị Thân hiểu ý chồng muốn nói tránh, để Thảo không biết hai người đang bàn về chuyện tương lai của con,

- Sao mình có thể quên vụ này hả anh. Tìm đông, tìm tây, mà ngay trước mắt không thấy.

Anh Thân tìm xong con số hoán đổi đơn vị mà chị Thân cần, bèn đọc cho chị nghe,

- Coi như gần xấp xỉ một phần tư lít đó em ơi.

Ngẫm nghĩ về vấn đề của Thảo một đổi, anh đề nghị,

- Hay là Thứ Ba tuần sau mình mời hai má con họ tới nhà mình ăn bánh xèo một bữa.

- Ờ cũng được.

Chưa đầy nửa tiếng sau, sáu khuôn bánh trong vỉ đã được đắp đầy bột bánh bông lan trộn trái việt quất. Chị Thân cho vỉ vào lò nướng, rồi bước ra phòng ti-vi.

Anh Thân, biết thân, đứng dậy chuẩn bị đi chợ. Vợ chồng anh đi chợ chủ yếu là vào ngày thứ Ba, ngày tiệm Nails đóng cửa, nhưng sáng nay vì bận lái xe đi nhiều nơi, tìm mua các món hải sản dùng trong lẩu Thái, nên phải gác lại một phần việc mua thức ăn trong tuần cho gia đình.

Chị Thân thả người xuống ghế nệm dài bên bàn cà-phê, quay sang nhìn con gái,

- Thảo, lên lầu rinh hai giỏ quần áo dơ xuống đây dùm má đi con. Tối nay má giặt. Giặt đồ ban đêm đỡ tốn tiền điện hơn.

Hết chuyện Thảo, chị quay sang anh Thân đang đứng chờ *'sự vụ lịnh'*,

- Anh đưa dùm em xấp tờ rơi quảng cáo em để trên kệ ti-vi đó.

Chị cầm cây viết bi trên bàn cà-phê lên, khoanh tròn những bức hình quảng cáo các món mà chị muốn anh Thân mua. Chị ghi xuống cả số lượng cần mua cho mỗi món. Chưa đủ an tâm, sợ chồng mua lộn hàng hay mua thiếu, chị xé một góc tờ giấy quảng cáo, chỗ có nhiều khoản giấy trắng để kê ra các thức ăn và gia vị cần mua, đưa cho anh Thân cầm theo ra chợ.

Anh Thân vừa quay lưng đi chị đã dặn theo,

- Anh nhớ mua đúng loại ngò mình ăn hoài đó nha, coi chừng lộn ngò Ý, lá bự hơn. Nếu không chắc, thì anh ngửi thử là biết liền. Ngò Ý có mùi hắc hơn.

Anh Thân ra tới cửa trước, đang đứng lom khom, hì hục cột dây giày, thì chị bương bả đến nhắc thêm,

- Còn xà-lách anh nhớ chạy lại chợ ở xa nhà mình. Chỗ đó có giá rẻ, 3 bó hai đồng rưỡi. Tiệm gần nhà cũng có sale (bán giảm giá) nhưng mắc hơn, 2 bó giá một đồng bảy mươi lăm.

Anh Thân lẩm bẩm, ừ ừ, ờ ờ cho qua điệp khúc đã trở nên quá quen thuộc bên tai, nhưng bước ra tới cửa xe mà trong bụng anh vẫn còn thắc mắc. Làm sao chị có thể vừa nhìn qua bảng giá cả đã biết món nào rẻ, món nào mắc, mà không cần dùng tới máy tính cầm tay như anh.

Chị Thân quay vào bên trong nhà, tới phòng máy giặt, lựa các loại quần áo có thể giặt chung một chu kỳ để ra riêng. Tay chị đang làm việc trước mắt, mà trong đầu tính toán toàn chuyện tương lai, quanh quẩn bữa tiệc bánh xèo sắp tới để đãi hai mẹ con chị Năm. Thực chất đó là một buổi coi mắt rể. Anh chị muốn tạo cơ hội coi giò coi cẳng con gà của chị Năm, coi có xứng đáng để con gái Thảo của anh chị trao thân gởi phận hay không.

Anh Thân đi chợ về, lum khum xách hai giỏ đồ ăn vào tận nhà bếp, đặt xuống sàn bên cạnh cái tủ lạnh ba cửa. Chị Thân xăng xái chạy tới đón chồng, không phải để ôm hôn và nói lời âu yếm '*I love you*' hay 'anh yêu em' gì đó, mà để lục tìm mấy tấm *bills* (hóa đơn), rà soát lại giá từng món hàng, xem chồng có mua đúng giá '*on sale*' (giá giảm) như quảng cáo không. Nếu đâu vào đó, thì chị tươi cười tuyên bố ... sẽ có thưởng. Không biết thưởng giống gì, nhưng thôi chuyện vợ chồng người ta mình thắc mắc làm chi.

Tìm Về Cội Nguồn

Đi chợ về, chất hết thức ăn vô tủ lạnh xong, mới tạm coi như một ngày dài hải ngoại đã qua. Hai vợ chồng anh chị Thân không bỏ lỡ một phút, lần lượt tìm đến trước cái ti-vi trong phòng giải trí gia đình. Họ đã chờ đợi khoảnh khắc này không chỉ cả ngày hôm nay, mà cả hai tuần qua, từ sau khi xem xong cuốn băng video của một trung tâm băng nhạc hải ngoại phát hành lần trước.

Các băng đĩa nhạc Việt ở hải ngoại thực hiện rất công phu và tốn kém, nên không thể phát hành nhanh kịp cho những người Việt xa xứ như anh chị Thân coi. Coi xong cuốn băng này, bà con đã ngóng cổ chờ cuốn tới. 'Băng sang xong chưa anh' là điệp khúc thường nghe khách đi chợ cuối tuần ghé qua hỏi mấy ông chủ 'tiệm sang băng'.

Anh chị Thân buông thỏng người trên sô-pha (ghế nệm). Anh với lên bàn cà-phê, thộp cái 'remote control' (điều khiển tivi từ xa), hâm hở mở băng video nhạc Việt lên xem.

Bốn mắt chong vào màn hình tivi, như cố xua đi mọi ràng buộc hôm nay, hôm qua, và cả ngày mai, để thả hồn theo tiếng nhạc lời ca, tìm lại những gì quen thuộc nhứt, trân quí nhứt, nhớ nhung nhứt, từ những giai điệu tiềm ẩn trong góc khuất tâm hồn, phát xuất từ tiếng ru trên võng năm nào, tới tiếng ca rân của con nít ngoài ngõ.

Nhịp cầu dẫn vào miền quá khứ không chỉ qua âm thanh quen thuộc, thân thiết, mà còn qua hình ảnh cánh đồng lúa chín vàng, một bụi tre xanh, một cây cầu tre lắt lẻo vắt ngang con rạch nhỏ, bên trên đám lục bình muôn thuở lững lờ trôi.

Anh Thân chợt bấm nút điều khiển từ xa, cho đứng hình trên ti-vi, miệng hối hả kêu con trai đang chơi 'game' (trò chơi điện tử) trên lầu,

- Nghĩa ơi, xuống đây ba chỉ này coi. Hay lắm.

Anh Thân kiên nhẫn giục con mấy bận, Nghĩa mới buông ra được trò chơi điện tử mà nó đang say mê, để chìu ba nó chạy xuống lầu. Nghĩa chưa đến nơi anh Thân đã chỉ tay vào màn hình nói,

- Coi kìa con. Xe xích lô đó.

- Cool.

Tiếng lóng cháu thường dùng bày tỏ sự hài lòng với một điều mới lạ, hay thích thú. Anh Thân hăng say chỉ trỏ vào các bộ phận trên xe xích lô, vừa huyên thiên kể lại cho con nghe,

- Hồi nhỏ mỗi lần ba có dịp theo bà nội con đi chợ, ba rất thích ngồi trên cái bửng gác chân chỗ này nè, rồi dang rộng hai tay nắm hai bên càng của cảng xe, giả bộ như mình đang bẻ lái điều khiển chiếc xe vậy.

Nghĩa trố mắt lên,

- Cool.

Anh Thân lấy hơi lên kể tiếp,

- Mấy ông đạp xe xích lô lúc nào cũng thấy mặc quần đùi, đội nón lá y chang vậy đó. Lúc chờ khách, mấy ổng thường tìm đến một gốc cây lớn, núp trong bóng mát, rồi leo vô ghế khách ngồi ngủ ngon lành.

Nghĩa lại,

- Cool.

Trước vẻ thờ ơ của con, anh Thân dần dà bắt đầu nhận ra có những thứ ký ức trên quê hương, dù vui hay buồn, sẽ mãi mãi chỉ là của riêng mình. Sau khi con trai trở lên lầu, anh chị Thân lại tiếp tục tìm về với thế giới riêng tư của họ qua các màn ca vũ vui nhộn.

Chập sau, đến lượt chị Thân quýnh lên, gọi Thảo xuống lầu,

- Coi trường của má hồi xưa kìa con.

- Trường má đẹp quá.

- Hồi đó má cũng mặc áo dài trắng đội nón lá đi học, y như mấy cô học trò đó vậy.

- Đẹp quá.

- Con nhìn kỷ coi, trên ngực áo mỗi cô còn có gắn miếng phù hiệu của trường.

- Dạ.

Nói xong Thảo chạy lên lầu tiếp tục câu chuyện bỏ dở trên điện thoại với bạn.

Chị Thân cùng chồng ngỡ ngàng trước thái độ tưởng chừng dửng dưng của hai con, đành quay lại với sân khấu, trở về với thế giới riêng tư vào một thời xa xôi. Họ đắm chìm trong ký ức sau muôn vàn ánh đèn lung linh, cố tìm đến cái dỗ dành qua những âm giai quen thuộc vọng về từ chiếc nôi đầu đời. Họ hăm hở đón nhận những ánh mắt chia sẻ và những nụ cười cảm thông, như quen, như biết, như từng trao cho nhau từ thuở lọt lòng.

Các ca sĩ, nghệ sĩ kia có thể là những người xa lạ, ngoại trừ tiếng ca và giọng hát quen thuộc của họ, giờ đây qua màn hình ti-vi họ đến tận căn phòng gia đình của từng căn nhà người Việt hải ngoại, như biểu tượng của một thời đại.

Sự hiện diện của họ, dù trong chiếc áo bà ba mộc mạc với chiếc khăn rằn vắt vai, hay bên tà áo dài lượt là thướt tha, luôn mang lại trọn vẹn phong cách của một thời mà những kẻ lưu lạc có thể dễ dàng nhận ra, để tìm lại chính mình.

Họ là những sứ giả trung thành của đảo quốc huyền thoại, mang theo trọn vẹn một trời quê hương, nơi đó có tiếng kẽo kẹt của tre, tiếng rì rào của nứa. Tiếng hò tát nước tưới đồng. Tiếng reo được mùa, những lúc mưa thuận gió hòa, lẫn những tiếng than mất mùa, trời hành cơn lụt mỗi năm. Họ mang theo tiếng cười xum hợp, tiếng khóc chia ly. Nỗi vui ngày đoàn viên cùng nỗi buồn chia tay một mối tình dang dỡ.

Chị Thân chợt mừng rỡ kêu lên,

- Có Khánh Ly nữa kìa anh.

Anh Thân dán mắt trên tivi trả lời,

- Ờ, lâu qua không thấy chỉ.

- Anh nói có lần anh gặp chỉ hả.

- Ờ, lần đó, sau khi trình diễn văn nghệ cho lính coi, trong lúc cả đoàn nhạc đang chờ máy bay đưa về Sài Gòn, anh gặp chỉ ngồi đánh tứ sắc với mấy ông sĩ quan.

Khánh Ly, một danh ca, là một một biểu tượng của thời đại, đặc biệt qua những bài hát do bà trình bày thuộc dòng nhạc được biết đến như '*nhạc phản chiến*' của nhạc sĩ Trịnh Công Sơn. Trong hoàn cảnh chiến tranh có lẽ Khánh Ly đã không hát những gì người ta muốn nghe, mà chỉ thốt lên những điều lương tâm muốn nói.

Chất giọng của bà có thể không thánh thót oanh vàng để thỏ thẻ bên tai anh lính chiến tiếng lòng người em gái hậu phương qua những bản nhạc tình thịnh hành. Tuy nhiên, nó thừa ấm áp, đủ chân tình, thiết tha mà vẫn lý trí, nói lên lời thành khẩn can ngăn tận đáy lòng của một người em, người chị, người con gái trong một gia đình bất hòa. Như một ngẫu nhiên của lịch sử bà sở hữu chất giọng nồng nàn đặc thù '*Khánh Ly*' để chuyển tải thấm thía những trăn trở tiềm ẩn trong dòng nhạc Trịnh.

Nghe Khánh Ly hát như được ngồi một mình trong '*căn nhà nhỏ*'[9], nhấp miếng rượu nếp than, nghe hơi ấm của rượu ngấm dần vào cơ thể, cảm nhận cái ngọt của nếp, gặm nhấm hơi nồng của men, để nghe tiếng thổn thức trong lời tự sự thống thiết về thân phận con người và cảnh ngộ quê hương, giữa tiếng đạn bom ngày ngày cày xới ruộng vườn.

Sau màn trình diễn của ca sĩ Khánh Ly, hai người điều khiển chương trình giới thiệu một ca sĩ trẻ tiếp theo. Trời đã khuya, chị Thân hối anh Thân tắt ti-vi. Họ cần nghỉ lấy sức cho một ngày kế tiếp ở hải ngoại. Trên đường lên lầu đến phòng ngủ, dư âm tiếng nhạc vẫn đeo đuổi chị Thân,

- Sao em nghe nhạc mới không nổi. Hát gì mà như nói chuyện.

Anh Thân ngẫm nghĩ,

- Phải có mới, mới có cũ chứ em.

- Đành rằng vậy, nhưng nhạc phải có vần có điệu chứ anh.

---

[9] Bài hát Đi Tìm Quê Hương của nhạc sĩ Trịnh Công Sơn

- Anh nghĩ nhạc mới cũng có giai điệu và nhịp điệu của nhạc mới. Chỉ tại tai mình nghe không quen thôi, nhưng nó có thể hợp tai nhiều người khác, nhứt là giới trẻ.

- Em ráng nghe thử mấy lần mà nghe không ra!

- Người ta nói âm nhạc thể hiện cảm xúc và suy tư của tập thể. Mà em thử nghĩ coi, tập thể lớn lên ở hải ngoại có những trải nghiệm nào giống những gì các thế hệ trước đã trải qua trong cuộc sống ở Việt Nam đâu. Bởi vậy nhạc bây giờ phải khác nhạc hồi xưa thôi.

Chị Thân bông đùa với chồng,

- Ý anh nói trong tương lai mình sẽ được nghe ca vọng cổ bằng tiếng Anh hay tiếng Pháp vậy hả.

- Đó là chuyện hát giễu, cấm râu Ăng-lê vô càm Việt Nam cho vui vậy thôi. Anh nghĩ các ca nhạc sĩ có óc sáng tạo rất phong phú. Họ sẽ tiếp tục khám phá những giai điệu mới, hay nhịp điệu phù hợp với tâm trạng và nhịp sống con người ở hải ngoại hơn, đặc biệt là trong môi trường đa văn hóa như ở đây.

Chị Thân ngẫm nghĩ,

- Thật ra nếu được vậy thì tốt quá. Dù nhạc hồi xưa của mình có hay cở nào, mỗi tuần mình đều trông ngóng coi có cái gì mới lạ hơn để nghe.

Anh Thân dụi mắt nói,

- Nhạc mới hay nhạc cũ gì cũng được, miễn là khi nghe thấy đã, và nghe xong có thể quên hết mọi chuyện trong trời đất, ngủ một giấc tới sáng là nhạc hay rồi.

- Em thấy mỗi lần nghe nhạc xong ngủ ngon hả anh.

- Dĩ nhiên rồi. Âm nhạc có thể xoa dịu tâm hồn và giúp mình thư giản nhiều.

- Em nghe có người còn ru con hay cho con nghe nhạc từ lúc con họ còn trong bụng mẹ nữa đó anh.

- Anh nghe nói khoa học cho thấy thai nhi trong bụng mẹ cũng có thể nhận ra giọng nói của người mẹ hay các giai điệu trong âm nhạc mà nó nghe được thường xuyên.

Bởi vậy khi nói, *'Tôi yêu tiếng nước tôi từ khi mới ra đời, người ơi'* như lời bài hát Tình Ca của nhạc sĩ Phạm Duy là không cường điệu chút nào...

Tiếng nước tôi! Tiếng mẹ sinh từ lúc nằm nôi

Thoắt nghìn năm thành tiếng lòng tôi, nước ơi[10]

Những lời ca đậm đà tự bản chất, càng thấm thía hơn với người Việt tha hương như anh chị Thân. Ở nơi xứ lạ quê người, khi người Việt chờ từng ngày, đợi từng tuần để được đến với âm nhạc Việt Nam, những cuộc gặp gỡ đó không thể chỉ để ngắm những cảnh cũ người xưa, nghe những tiếng nói quen tai, hay nhìn những bóng hình quen thuộc, mà tựa hồ còn để tìm về với cội nguồn, một hành trình đáp ứng những thôi thúc nguyên thủy của con người, tìm về sự bình yên, tĩnh lặng, trong bụng mẹ đã bị thời gian cướp mất.

Kiếm Rể

Tuần lễ chờ đợi qua nhanh, Chị Năm đưa con trai tới nhà anh chị Thân dự tiệc bánh xèo. Theo chị Thân, ăn bánh xèo đúng điệu là phải ăn nóng, vừa đem trên chảo xuống ăn liền, nên chị đợi khách đến trước rồi mới bắt đầu chiên bánh. Chị Năm đến nơi, một mực đòi vô bếp phụ chị Thân. Đức ngồi ngoài bàn ăn nói chuyện với anh Thân.

Anh Thân niềm nở khui la-de mời Đức,

- Uống một chút cho vui nha cháu. Ăn bánh xèo uống la-de là hết sảy.

Sau màn cụng ly, anh trìu mến nhìn Đức, bắt đầu dò la,

- Cháu học bác sĩ hả. Giỏi quá há, Chừng nào ra trường vậy?

- Cháu coi như đã học xong rồi, bây giờ đang thực tập tại bệnh viện với một ông bác sĩ trước khi có thể lấy bằng hành nghề.

Không chần chờ, anh Thân nhắm thẳng vào trọng tâm của vấn đề,

- Vậy chuyện học coi như xong rồi. Cháu tính chừng nào mời dì dượng đi ăn đám cưới đây.

Hai vành tai bác sĩ tập sự chợt đỏ ửng lên, có thể vì không quen uống bia, nhưng cũng có thể vì bị xì-trết (căng thẳng) do câu hỏi đường đột của anh Thân. Đức nhoẻn miệng sượng sùng, dấu ánh mắt xuống cái dĩa trống trơn đang chờ bánh xèo, ấp úng 'Dạ' một tiếng.

Chị Năm từ trong nhà bếp hối hả bưng đĩa bánh xèo còn bốc hơi thơm phức ra mời anh Thân. Anh rối rít cám ơn chị Năm, cùng lúc anh nhìn thấy Thảo và Nghĩa vừa từ trên lầu xuống, anh lên tiếng kêu,

- Thảo, con lại ngồi kế bên anh Đức nói chuyện đi con, còn Nghĩa, tới ngồi kế bên ghế của má con kìa.

Con gà mẹ chợt thấy lù lù bóng diều hâu từ trên trời sà xuống vồ con mình. Chị Năm chợt nhận ra ngay lý do thật sự của buổi tiệc bánh xèo hôm nay. Họ muốn câu đứa con trai bác sĩ của mình đây mà. Từ đó thái độ chị trở nên lạnh nhạt thấy rõ. Chị ít nói, ít cười, chỉ giữ phép lịch sự xã giao tối thiểu. Trong lòng nôn nóng như lửa đốt, chờ tiệc tàn về nhà *'nói chuyện'* với con.

Chị Năm biết Thảo từ lúc cô còn nhỏ. *'Dì Năm'* vẫn thường sơn móng tay làm đẹp cho cháu Thảo mỗi khi cháu có dịp ghé qua tiệm Nails. Thảo lại có bản chất thật thà, tươi tắn, nói cười hồn nhiên, nên trong mắt dì Năm cháu luôn là bé Thảo của năm nào. Bởi vậy chị Năm đã mất cảnh giác, và cái giá phải trả hôm nay là đã vô tình đưa con mình vào móng vuốt diều hâu. Thảo hôm nay là một cô gái xinh đẹp, duyên dáng, dù trong lòng chị thấy mến cháu, nhưng chị giận là âm mưu của cha mẹ cô muốn bắt sống con chị.

Chị Thân chiên xong cái bánh xèo cuối, vào tới bàn ăn còn thở hổn hển, nhưng vẫn tươi cười chào Đức, rồi nhìn sang Thảo hỏi,

- Lâu lắm rồi hai đứa mới có dịp gặp nhau đó hả.

Thảo cúi mặt e thẹn. Đức tránh cặp mắt dò xét của chị Thân, liếc nhìn Thảo cầu cứu. Thấy Thảo vẫn không trả lời, Đức ấp úng,

- Dạ, ... cũng không có lâu lắm.

Chị Năm kinh ngạc trước câu trả lời của con. '*Bộ hai đứa có hẹn hò gì sao*', chị nghĩ. Vừa lúc chị Thân cười xòa,

- À, dì quên. Hai đứa mới gặp nhau hôm ăn lẩu Thái mấy bữa trước chứ đâu có lâu lắc gì.

Chị Năm thở ra nhẹ nhõm. Đức nhoẻn miệng cười cho qua, chờ thời điểm thích hợp sẽ báo cùng gia đình hai bên về mối quan hệ với Thảo. Đức đã bàn với Thảo cả tuần nay nhưng cả hai đều e ngại sẽ đón nhận những phản ứng không thuận lợi từ phía người lớn.

Thảo đinh ninh cha mẹ muốn mình phải tiếp tục học lên đại học, cho tới nơi tới chốn trước. Đức tuy đã tình cờ có dịp dò hỏi ý kiến chị Năm về chuyện tương lai của cậu, nhưng vẫn chưa rõ thái độ của mẹ mình về trường hợp Thảo.

Tiệc tàn, Đức lái xe đưa mẹ về nhà. Hai mẹ con ngồi im lặng một thời gian dài. Chị Năm ngồi kế bên Đức, nhìn ra bên ngoài cửa sổ, tư lự, tự hỏi có nên nói thật với con về mục đích của chuyến về Việt Nam ăn Tết sắp tới. Nói ra sợ con sẽ hủy chuyến đi. Không nói thì lo con nó sẽ trách mẹ không thành thật với nó, một thái độ mà cha mẹ dạy nó từ thuở nhỏ. Phần Đức thì phân vân không biết có phải là thời điểm tốt để thưa với mẹ về quan hệ với Thảo, mà Đức ao ước được tiến tới hôn nhân.

Hai mẹ con, mỗi người nhìn về một hướng, nhưng mang cùng tâm trạng, lo âu cho sự mất mát lớn lao của những gì trân quý trong cõi lòng. Chị Năm không muốn mất đứa con duy nhứt. Đức sợ phải xa người yêu đầu đời. Hạnh phúc luôn mong manh, một ý thức đã được khắc trong gien con người từ vạn kiếp qua muôn vàn thế hệ chứng kiến cảnh hợp tan trong đời người.

Sau cùng chị Năm quyết định nói thật với Đức để giữ chữ tín trong lòng con đối với chị, và cũng vì linh tính người mẹ cho thấy nếu không nói ra bây giờ sợ sẽ không còn kịp nữa. Chị do dự nói,

- Con biết không dù mình học hành thành tài, ông này ông nọ với người ta, nhưng ở trong nhà phải biết kính trên nhường dưới nghe con.

- Má muốn nói gì vậy má.

- Thì chuyện hôn nhân của con đó. Không phải bây giờ mình ở bên nay đủ lông đủ cánh rồi muốn làm gì thì làm. Phải để cho bà nội con quyết định, cho bà nội vui nha con.

- Con thương bà nội, nhưng chuyện hôn nhân của con phải do con chọn lựa chứ.

- Ở đây mình đâu có biết ai là ai con.

- Con thấy người Việt mình ở đây ai cũng tốt hết. Ai cũng có công ăn việc làm, nuôi gia đình, lo cho con cái ăn học. Nhiều người còn vừa lo cho gia đình bên này, vừa lo cho bà con bên nhà nữa.

Đức chợt muốn nắm lấy cơ hội để thăm dò ý mẹ, bèn bỏ thêm câu thòng,

- Như gia đình dì Thân đó. Má cũng thích dì Thân mà.

- Má biết.

Chị Năm trầm ngâm tìm cách thuyết phục con,

- Con có nghe câu nói '*Người mình qua tới đây cá mè một lứa*' không. Thường những người than phiền như vậy là vì có ý coi thường người khác. Họ cho là lúc còn ở Việt Nam họ giàu sang hơn, có địa vị hơn, hay chức tước cao hơn gì đó. Má không thích lối nói trịch thượng như vậy. Nhưng, khách quan mà nói, người mình ở đây ít ai biết ai từ đâu đến, hay gia thế người khác như thế nào. Thành ra muốn kết bạn lâu dài mình cần phải thận trọng, tìm hiểu về quá khứ họ một chút.

- Ở đây là xứ di dân mà má. Không lẽ con đi học cũng phải điều tra gốc gác của mấy đứa bạn từ Uganda, từ Ý, hay từ Ba Lan tới đây sao.

- Họ là người 'ngoại quốc'. Má nói là giữa người Việt mình với nhau kìa.

Đức nhìn mẹ với ánh mắt cảm thông, nhưng không nhịn được cười với ý nghĩ hóm hỉnh, trớ trêu,

- Vậy đối với người mình thì cần phải điều tra lý lịch ba đời. Còn đối với những người từ các xứ khác tới thì khỏi hả má.

Chị Năm buông thỏng hai tay, ánh mắt đăm chiêu rơi vào khoảng không vô định. Đức chợt cảm thấy ân hận vì câu nói có vẻ xem nhẹ một chuyện hệ trọng đang đè nặng tâm tư của mẹ. Đức cố phân trần,

- Con chỉ nói cho vui vậy. Thật ra, má biết không, kinh nghiệm lập quốc hơn cả trăm năm của Canada cho thấy chính khả năng và bản lảnh của mỗi cá nhân đến đây mới quan trọng. Chứ không phải lý lịch hay giòng dỏi của mỗi người đâu.

- Má biết. Nhưng người Việt mình thì khác.

Đức thừa tinh tế để nhận ra một tín hiệu trong ba chữ 'Người Việt mình' mà mẹ cậu đã hai lần nhắc đến. Cậu nhìn mẹ thương hại. Dù cho những người mà mẹ cậu nhắc tới ở xa hơn nửa vòng trái đất, nhưng bà vẫn cảm thấy không thể thoát ra khỏi sự ràng buộc bởi khung giá trị chung mà bà từng chia sẻ với họ. Cậu bé Đức chợt buông lời tâm sự,

- Càng lớn con càng thấy phục má. Con không biết má lấy từ đâu ra sức mạnh phi thường để từ một người vợ sĩ quan ngày hôm trước, qua ngày hôm sau đi buôn gánh bán bưng, ngay cả phải ngồi bên lề đường rửa chén kiếm cơm nuôi cả nhà.

Chị Năm nhìn con không chớp mắt, ngỡ ngàng trước những lời lẽ xuất phát tận đáy lòng của con. Những lời bộc bạch chị chưa hề nghe và chẳng bao giờ ngờ. Cho tới nay dù đối với nhiều bệnh nhân ở bệnh viện, Đức có thể là một bác sĩ khả ái của họ, nhưng đối với chị, Đức luôn là một đứa trẻ cần sự bảo bọc của mẹ.

Đức nhìn mẹ, tìm lời an ủi,

- Vậy mà chưa lúc nào con thấy má phải khổ tâm như bây giờ. Chỉ vì muốn cho bà nội vui và trong thâm tâm má cũng mong cho con được hạnh phúc.

Mắt chị Năm ngấn lệ, nét nhăn giữa đôi mày không cánh chợt bay đi khỏi khuôn mặt rạng rỡ ánh bình minh sau đêm dài trăn trở. Chị ôm chầm lấy con trong vòng tay xiết chặt.

- Má biết mà, con lúc nào cũng hiểu má.

Hai mẹ con không hẹn nhưng đều muốn dừng câu chuyện ở thời điểm mà cả hai đều hài lòng với hiện tại, với mong ước cho khoảnh khắc hạnh phúc vay mượn của nhau được kéo dài mãi mãi. Cả hai đều mang chung tâm trạng lo âu cho khoảng cách gặp gỡ ở con đường phía trước còn quá xa. Đối với Đức, từ chỗ hiểu mẹ, tới chiều mẹ cưới một người mình không yêu, là một bước quá xa. Đối với chị Năm, nỗi cảm thông với con biết có đủ giúp chị thoát khỏi sự ràng buộc ngàn đời của tập quán không.

Kén Rể

Buổi tiệc bánh xèo coi bộ không đi tới đâu, dựa trên sắc mặt và vẻ thờ ơ của chị Năm. Anh Thân nghĩ chắc phải cầu cứu với mẹ mình ở Việt Nam. Tiếng nói bà Sáu từ bên kia đại dương vọng qua,

- A-lô!

- Má hả má. Con đây.

- Ờ, má nè.

- Má khỏe không má.

- Má cũng thường. Vợ chồng con ở bển với hai đứa nhỏ cũng khỏe hết, hén.

- Dạ, tụi con bình thường hết má ơi. Ở bên nhà giờ này mấy giờ rồi má.

- Trưa rồi con ơi. Má mới ăn ba hột, ra đàng trước ngồi cho nó mát.

- Bên nây là 12 giờ khuya rồi đó má.

Sau điệp khúc ... tốn tiền quen thuộc qua điện thoại viễn liên Canada-Việt Nam, lần này bà Sáu có '*hệ sự*' muốn kể lại anh Thân nghe.

- Con còn nhớ dượng Hai với dì Hai ở Đa Kao không.

- Dạ, nhớ chứ má. Dượng Hai làm Quản thủ Thư viện. Mỗi lần vô thăm ba má ổng thường mang theo một đống sách cho con đọc.

- Ờ, phải rồi đó. Ổng là bạn thân của ba con từ lúc hai người còn ở dưới xứ.

- Sao má nhắc chuyện dượng Hai vậy má.

- Không biết con Thảo có nhớ không.

- Bé Thảo chắc không nhớ ổng đâu. Hồi tụi con đi, nó còn nhỏ quá mà.

- Má muốn nói chuyện dì Hai con. Hồi đó mỗi lần bả theo dượng Hai con tới nhà mình, bả hay ôm con Thảo trong lòng, nựng nó miết. Tại bả có con trai không hè, nên muốn có một đứa con gái dữ lắm.

Anh Thân kiên nhẫn nghe mẹ *'kể chuyện đời xưa'*, không dám mở lời hối thúc, dù tiền điện thoại viễn liên cứ reo lên trong đầu anh, 5 đô-la rưởi cho 3 phút đầu nói chuyện, sau đó 75 xu mỗi phút. Nghe thì có thể không thấy nhiều, nhưng so với mức lương công nhân hảng chổi của anh lúc mới đến Canada, thì tiền điện thoại phải trả sau nửa tiếng nói chuyện với bà Sáu đã tương đương với số tiền anh kiếm được sau cả ngày làm việc ròng rã ở xưởng.

Đảo một vòng xong bà Sáu mới bắt đầu vào đề,

- Thì từ ngày mấy đứa nói chuyện con Thảo ở bển có bồ bịch gì đó, làm má đâm lo. Má nhờ dì Hai con kiếm phụ coi có chỗ nào tốt để gả nó.

Anh Thân mại hơi,

- Nó còn nhỏ quá, để nó học hành với người ta. Lo chi chuyện đó sớm quá má.

- Thì má cũng chỉ để ý coi vậy mà, chứ có gấp gáp gì.

Tuy ngoài miệng nói vậy, nhưng anh Thân cũng tò mò muốn biết thêm,

- Dì Hai có tìm được chỗ nào không má.

- Có một chỗ, nhà cũng khá giả. Họ đang kiếm vợ cho con trai của họ mới tốt nghiệp bên Mỹ. Dì Hai con định giới thiệu cho họ vô nhà mình làm quen, để có dịp coi mắt con Thảo vậy mà.

Anh Thân nghe vậy, muốn biết thêm,

- Má thấy được không.

- Má có nhờ dì Hai con dẫn má tới nhà họ trước coi cho biết. Thấy cha mẹ nó cũng hiền lành tử tế.

- Gia thế coi được hả má.

- Nhưng má thấy coi bộ hổng được con ơi.

- Sao vậy má.

- Má đến nhà họ buổi trưa. Tình cờ gặp một cậu thanh niên lái xe Honda về. Nó mang kiếng đen, mặc áo hở ngực, gặp má nó gật đầu một cái rồi bỏ vô tuốt ngoài sau nhà.

- Nó là ai vậy má.

- Nó là em của cậu kỹ sư ở bên Mỹ đó.

- Vậy hả má. Còn rể tương lai của má ra sao. Má có thấy hình nó không.

- Còn coi gì nữa con. Má thấy kiểu cao bồi du đảng đó má sợ.

- Má nói chuyện đứa em trai ở Việt Nam hay thằng anh bên Mỹ.

- Thì cậu em ở nhà nè.

Anh Thân chỉ hỏi cho có chuyện thôi, chứ làm gì không biết tánh mẹ anh. Coi rể là phải coi giò coi cẳng cả nhà chú rể.

- Kiếm rể kiểu má chắc con Thảo ở góa luôn quá.

- Không phải má khó, nhưng tư cách của con cái là thuộc giáo dục gia đình đó con ơi. Nhìn thấy đứa em bên nay như vậy, má không biết cậu bên kia ra sao đây. Nên thôi, không dám tiến tới nữa.

Anh Thân gác điện thoại lên trong nỗi băn khoăn cho tương lai của con gái.

Lời Khó Nói

Sáng nay, sau khi giao tiệm cho chị Năm coi chừng dùm, chị Thân lái xe chạy thẳng đến trường học của Nghĩa để dự buổi *'phỏng vần'* với cô giáo vào dịp cuối khóa học. Đó là một buổi gặp gỡ giữa thầy cô với phụ huynh học sinh để trao đổi về tiến trình học hỏi và sự phát triển của các cháu ở trường cũng như ở nhà.

Chị Thân cảm thấy an lòng sau khi nghe cô giáo khen cháu Nghĩa có thái độ học tập rất tốt, thích đọc sách, và đạt được điểm thi tương đối cao trong nhiều môn học. Tuy nhiên có một điều dở khóc dở cười khiến chị nóng lòng về tới nhà để quở ông chồng của chị.

Anh Thân bận sửa ống nước cấp bách tại nhà một thân chủ, nên không đi dự cuộc *'phỏng vấn'* ở trường với chị Thân được. Cuối ngày anh về đến nhà trước, ngồi trong phòng giải trí gia đình mở băng video nhạc Việt lên coi.

Chị Thân về sau, vừa bước vào nhà, đã cười sặc sụa. Anh ngạc nhiên hỏi,

- Có gì vui mà cười dữ vậy.

Chị Thân cố nén cười,

- Vui hổng nỗi à. Anh ăn ở làm sao mà trong trường học người ta quở anh kìa.

- Tui làm gì mà quở tui chứ.

- Thằng Nghĩa mét cô giáo, Vietnamese (người Việt) mấy anh không biết 'love' (yêu thương).

Anh Thân nghe bật cười, dù không hiểu ất giáp gì về câu chuyện của con, nhưng cũng cảm thấy đây là một đề tài hay để trêu vợ,

- Tui có hai đứa con rồi đó sao không biết 'love' chứ.

Chị vớ lấy cái gối nệm đập thình thịch lên người anh, ráng nhịn cười nói,

- Thôi đi ông ơi, đừng có đầu óc đen tối. Người ta nói 'love' (tình thương), chứ không phải ba cái thứ 'sinful' (tội lỗi) của ông đâu.

Phải hơn ba phút sau chị Thân mới nín được cười để kể cho anh Thân nghe đầu đuôi câu chuyện.

Trong buổi 'phỏng vấn', cô giáo cho biết, một hôm cô yêu cầu các em học sinh trong lớp khi về đến nhà, thì ôm cha mẹ, nói

- 'Con thương cha mẹ.'

Ngày hôm sau, khi cô giáo hỏi xem kết quả thế nào, thì Nghĩa nói nó đã quên không làm điều cô giáo dặn. Cô giáo gặn hỏi lý do. Nghĩa trả lời,

- *Tại người Việt không có nói 'love' nên con quên.*

Cô giáo cười toe toét kể lại với chị Thân. Cô nói rằng sau đó cô lại hỏi Nghĩa,

- *Vậy chứ người Việt nói gì.*

Nghĩa không do dự đáp,

- *Người Việt chỉ nói 'Học' thôi.*

Tới phiên anh Thân ôm bụng cười với vợ. Mấy phút sau anh chỉ tay vào vợ, đổ thừa,

- Tại em hết chứ tại ai. Tối ngày cứ kêu thằng nhỏ học, học, học hoài hè.

Chị cải lại,

- Làm như anh hổng có vậy.

- Người ta nhắc con học cũng có giờ, có giấc.

Chị Thân thua me gỡ bài cào,

- Cũng tại anh hết.

- Tại tui làm sao.

- Mỗi ngày anh có nói '*I love you*' (Anh yêu em), như mấy ông chồng Canada của người ta không. Bởi vậy con anh nói chưa bao giờ nghe '*love*' trong nhà này là phải rồi!

Anh Thân biết gió sắp đổi hướng, không khéo sẽ kéo theo bão, bèn nhanh miệng nói,

- Hồi nảy anh có ghé qua chỗ mướn băng nhạc coi thử. May quá có băng mới rồi nè, em muốn coi chưa?

Không ngờ anh Thân, ngoài hai cái nghề tay trái và tay phải, còn có cái nghề lách nữa.

Bày Keo Khác

Chị Thân hẹn Phượng đến tiệm Nails sớm để gặp một người khách, phàn nàn việc móng tay của bà ta do Phượng sơn ba ngày trước đã bị tróc vài nơi. Chị nghĩ có thể vì hôm đó tiệm đông khách, nên trong lúc gấp gáp Phượng đã phạm phải một sai lầm căn bản. Trong khi chờ khách đến, chị hỏi Phượng,

- Hôm đắp bột sơn cho bà này em đắp mấy lớp vậy.

- Dạ, ba lớp chị.

- Em có chờ cho lớp dưới đủ khô, trước khi đắp lên lớp trên không. Nếu không cũng có thể khiến cho sơn bị tróc sớm.

- Dạ em nhớ chị dạy vậy. Em có chờ đàng hoàng.

- Móng tay bả tốt không. Có loại móng bị vềnh lên hai bên như cái xuồng, khó trải bột ra cho đều được. Nếu mình không cẩn thận dễ bị bột tụ ở giữa, làm nó quá dày, lâu khô hơn.

- Vậy hả chị, kỳ tới em phải để ý coi chừng điểm này.

- Còn một chuyện nữa mình phải cẩn thận. Sau khi vuốt bột ra tới đầu móng tay, mình chỉ cần vỗ cọ thiệt nhẹ vào đầu móng để cắt miếng bột thừa ra.

- Vỗ nhẹ thôi hả chị.

- Ở cái này quan trọng lắm. Nếu mình vỗ cọ mạnh quá, bột có thể bị dồn lại ở đầu móng tay, đóng thành một lớp sơn dày. Trường hợp này cũng dễ bị sướt nếu mấy bà phải làm việc nội trợ nhiều.

Đúng giờ hẹn, chị Thân vội vã ra tận cửa, niềm nở đón khách, và không ngớt lời xin lỗi. Sau khi giao khách cho Phượng, chị Thân đi một vòng coi các bàn của thợ làm việc được gọn ghẽ sạch sẽ không. Tới bàn của Quang, chị dừng lại hỏi,

- Ủa, rượu của em đâu?

Dễ gì chị Thân để thợ uống rượu trong lúc làm việc. Đó chỉ là tiếng lóng nói về ly nước khử trùng để ngâm kềm với kéo cắt da móng tay. Quang chỉ tay xuống kệ, dưới gầm bàn,

- Em cất dưới này nè.

- Chị nhắc em hoài, phải để ly nước khử trùng trên bàn. Mình cần cho khách thấy để họ có cảm giác an toàn.

- Xin lỗi chị. Mới gặp bà khách miệng bằng tay, tay bằng miệng, vừa nói chuyện vừa quơ vừa múa. Em sợ bả đụng đổ ly nước nên đem cất xuống dưới.

- Tưởng em ghiền quá uống thiệt rồi chứ!

Chị Thân bông đùa trước khi bỏ ra phía sau xếp khăn lau tay cho khách. Mấy cái khăn đã được giặt và xấy khô từ chiều hôm qua nhưng chưa có thời gian gấp lại, vì chị bận phải về nhà sớm đưa Nghĩa đi học lớp đàn dương cầm.

Tiệm đang vắng người, chị Năm đứng bên quày tiếp khách phía trước nhìn ra cửa, trong lòng chợt dấy lên nỗi áy náy vì thái độ lạnh nhạt của chị trong buổi tiệc bánh xèo ở nhà anh chị Thân hôm qua. Chị hối hả quay vào phòng giặt lấy cớ phụ chị Thân xếp khăn, để vả lả làm lành.

- Xin lỗi em, hôm qua chị có chuyện gấp phải về nhà sớm không ở lại phụ rửa chén với em được.

Chị Thân nghe xong mừng thầm, vì hai vợ chồng chị cũng thắc mắc không ít về thái độ 'là lạ' của chị Năm hôm qua. Chị Thân đáp,

- Đâu có sao, chị tới được là vui rồi. Vã lại bữa nào có nhiều chén bát tụi em đều rửa máy hết.

Hôm qua trong lúc mẹ con tâm sự chị Năm đã biết Đức muốn thăm dò về thái độ của chị đối với gia đình Thảo. Ánh mắt của hai kẻ đang yêu lén lút trao cho nhau giữa buổi tiệc bánh xèo làm sao lọt qua pháp nhãn của gà mẹ đang trông con được.

Tuy nhiên hôm nay chị cảm thấy thoải mái hơn sau khi mẹ con đã có dịp giải tỏa những khúc mắt trong lòng. Nhờ vậy chị có thể lý trí hơn để cân nhắc nặng nhẹ trong việc lo liệu tương lai cho con. Chị Năm gợi chuyện,

- Sao, bé Thảo tốt nghiệp rồi, bây giờ định làm gì đây.

- Nó muốn vô đại học Manitoba đó chị.

- Giỏi quá hén. Cháu nó muốn học ngành gì vậy.

- Nghe nói muốn học Khoa học đó chị.

Chị Thân chưa nói dứt lời, chợt muốn nắm lấy cơ hội để dò xét đối phương,

- Chỉ cũng muốn sau này học bác sĩ như con trai của chị, nhưng anh Thân nói trường y khó lắm, không phải ai muốn vô là có thể vô được đâu.

Chị Năm khuyên,

- Con mình nó ham học cái gì để nó học. Thật ra bé Thảo cũng là học sinh xuất sắc ở trung học mà.

Chị Thân tươi cười đáp,

- Cám ơn chị. Thảo có nói, chọn lựa thứ hai của chỉ là dược sĩ. Tụi này chọc nó, nếu không học được bác sĩ thì kiếm chồng bác sĩ cũng được. Chồng khám bịnh cho toa, vợ bán thuốc thì còn gì bằng.

Chị Năm nghe nói giật mình, tìm cách nói gần nói xa đáp lời với bên ... đàng gái,

- Tết này em có tính về Việt Nam không? Nếu có mình gặp nhau cho vui. Cô Tám thằng Đức hối chị dẫn nó về đi coi mắt.

Chị Thân cố giữ vẽ thản nhiên,

- Vậy hả chị, mừng cho cháu. Bây giờ học hành xong xuôi rồi phải tính tới chuyện kiếm cháu nội cho bà bồng chứ. Chị thiệt có phước.

- Cám ơn em. Phước đâu không thấy, chỉ thấy lo không dứt. Hồi con còn nhỏ thì lo cho nó ăn học, lớn lên thì lo cho tương lai của nó.

Từ bên ngoài tiếng Quang gọi vọng vào,

- Có khách kìa mấy bà ơi. Hai ba người đó.

Chị Năm hối chị Thân ra phía trước tiếp khách, giành ở lại xếp cho hết mấy cái khăn để chất vô tủ.

Cả buổi sáng chị Thân chờ chồng đến tiệm để báo tin sốt dẻo. Tới giờ cơm trưa anh Thân mới bước vào văn phòng, gặp chị Thân đang chuẩn bị nấu mì gói. Chị vẫy tay kêu anh đến gần, nói nhỏ,

- Chị Năm mới nói Tết này về Việt Nam hỏi vợ cho thằng Đức.

Anh Thân cười khẩy,

- Vậy mà tưởng gì. Mình nói chơi chứ bộ thiệt sao.

- Thôi, xệ quá thì nói đi.

- Tối nay anh gọi Má.

- Chi vậy.

- Hỏi coi má có mối nào khác.

Chị Năm mỉm cười, trao chồng tô mì gói trộn rong biển Đại Hàn, trước khi mở tủ lạnh lấy hủ kim chi để trên bàn. Anh Thân xịt đầy nước sốt ớt đỏ au trên mấy cọng mì, vừa ăn vừa hít hà, ra vẻ quyết tâm, thua keo này ta bày keo khác.

Tối lại ăn xong ba hột cơm, anh Thân gọi điện thoại viễn liên về Việt Nam tìm mẹ. Tiếng bà Sáu trổi lên bên kia đầu dây,

- A-lô!

- Má hả má. Con đây.

- Ờ, má nè.

- Má ăn sáng chưa.

- Giờ này là đang lo tới bữa trưa rồi. Bộ con mới ăn sáng đó hả.

- Bên nay gần 10 giờ khuya rồi đó má ơi.

- Khuya vậy hả con. Sao chưa cho mấy đứa nhỏ ngủ, đặng sáng tụi nó còn đi học.

- Dạ hai đứa ngủ hết rồi má. Tụi con gọi để nói cho bà nội mừng. Thằng Nghĩa mới có kết quả thi toán. Ảnh được 95 điểm đó má ơi.

- Nó giống thằng cha nó hồi nhỏ, giỏi toán quá hả.

- Má biết không, nó còn nói là nó có thể dễ dàng được 100 điểm nếu chịu dò bài thi lại trước khi nộp.

- Cha, cái thằng cũng phách chó dữ hả. Con nói với nó bà nội không thích cái thứ bộp chộp như vậy đâu. Lần tới nhớ coi trước coi sau cho kỷ càng trước khi nộp bài.

- Dạ tụi con cũng la nó hoài đó má.

- Con nó còn nhỏ, đừng la rầy hoài nó khờ. Nó học được vậy là may lắm rồi. Má lo là lo cái tánh bộp chộp đó. Dạy dỗ sao cho nó sửa đổi được, mới mong sau này có cơ thành công ở đời.

- Trời, má thiệt là tài. Lần nào nói chuyện với má con cũng thấy phục má quá.

- Phục cái gì chứ, hồi ba con còn sống ổng dạy con như vậy hoài. Má cũng học ổng thôi. Nói tới má mới nhớ, cái tánh bộp chộp của thằng nhỏ không biết từ đâu ra há.

- Má chọc quê con hoài. Con nói phục má là tại vì những gì ba má dạy, tới bây giờ các nghiên cứu ở đây mới xác nhận là đúng.

- Ông bà mình dạy sao, ba má ráng dạy con vậy chứ ba má có biết gì đâu.

- Má biết không, mấy nhà chuyên môn ở đây đã xác nhận là khả năng thành công ở đời của một người dựa vào chỉ số EQ chứ không phải IQ.

- Con nói gì vậy.

- IQ là chỉ số thông minh của trí tuệ, còn EQ là chỉ số cảm xúc của một người. Tóm lại, các nghiên cứu cho thấy, người dễ thành công ở đời không phải là người thông minh hơn người khác, mà là người chững chạc hơn, biết kiểm soát cảm xúc của mình và bén nhạy đối với cảm xúc người khác.

- Có vậy sao. Hèn chi người mình có câu, *Giận quá mất khôn.* Người chững chạc thì không bao giờ nóng giận thái quá.

Bà Sáu chỉ suông miệng nói vậy thôi chứ không giải thích gì hơn. Hết chuyện của con trai, anh Thân xoay sang chuyện con gái, cố giữ giọng thản nhiên, và như mới chợt nhớ tới, anh hỏi mẹ,

- À, chuyện coi rể hụt của má tới đâu rồi.

Bà Sáu vội vả đáp,

- Con nhắc tới má mới nhớ. Có chỗ này nghe cũng được đó con ơi.

Anh Thân cười hề hề,

- Lần này để khỏi mất công, má nhớ coi mắt hết anh em của chú rể tương lai trước đi.

- Chỗ này nghe nói là con một con ơi.

- Sao má biết vậy.

- Con còn nhớ bác Năm gần nhà minh không.

- Nhớ chứ má.

- Bả là bác Năm gái lớn. Bác Năm trai còn có bác Năm gái nhỏ ở Quận Nhì. Bác Năm nhỏ là bạn thân của bạn học của má hồi nhỏ.

Nghe bà Sáu nói tới đây anh Thân biết sắp có câu chuyện nhiều tập để nghe, nên kéo cái ghế ở bàn ăn ra ngồi nghỉ chân.

Sau mười lăm phút thì anh Thân được biết, qua mai mối của một người bạn của một người bạn mà mẹ anh quý trọng từ trước tới nay, mẹ anh đã tìm được một chỗ xứng đáng cho cháu Thảo. Nghe nói là một cậu Việt kiều Mỹ, bác sĩ sắp ra trường.

Anh Thân đã đạp phải vỏ dưa bác sĩ Canada, nên khi nghe tới vỏ dừa bác sĩ Mỹ đã phát ớn. Tuy nhiên ở đời trong lúc người ta cảm thấy bế tắc, thì hy vọng chính là chìa khóa mở ra cánh cửa tương lai mới. Anh Thân hăm hở báo tin cho vợ biết, và hai vợ chồng xúm nhau lục hết ba cuốn tập ảnh gia đình mới nhất, tìm một tấm hình thiệt đẹp của Thảo, gởi về Việt Nam cho bà Sáu, để bà khoe với đàng trai.

Lá Thư Quê Nhà

Chị Năm đi làm về, theo thói quen, vừa tới trước cửa nhà thì với tay mở hộp thư lấy hết thư từ ra đem vào bên trong. Thường đa phần là những tờ rơi và các giấy báo quảng cáo. Nếu có thư là thư gởi các hóa đơn, nào điện, nào nước, nào khí đốt, nào nợ thẻ tín dụng, đủ các thứ nhức đầu, mà riết rồi cũng quen, coi như chuyện thường tình.

Lần này thì khác, chị Năm thoáng thấy trong xấp giấy cầm trên tay có một lá thư từ Việt Nam. Và cứ mỗi lần như vậy, tim chị đập lên thình thịch. Dù có thể mới liên lạc qua điện thoại với người thân ở Việt Nam không lâu, nhưng chị cũng như bao nhiêu người Việt tha hương khác đều trân quý từng lá thư từ quê nhà, từng nét chữ màu mực xanh, mực tím. Những trang giấy học trò có dòng kẻ đã ngả vàng, khổ nhỏ, được tưng tiu trong tay, ngắm tới ngắm lui, và sau khi thư đã đọc, thì dò tới dò lui, tìm coi còn chữ nào chưa đọc, ý nào chưa thông.

Trong bao thư lại có một bức ảnh. Chị Năm trố mắt ngạc nhiên. Đưa ảnh lên sát mặt nhìn kỹ hơn. Không hiểu bà nội của Đức gởi hình này qua cho chị với ý gì. Chị vội vã đọc thư. Chị Năm không nhịn được cười. Sao lại trớ trêu vậy. Quả tình bà nội của Đức muốn giới thiệu cho cháu trai một cô dâu, mà bà đã cất công tìm kiếm cả năm nay mới được. Và người đó lại là Thảo. Bức ảnh của Thảo ở buổi tiệc lẩu Thái hai tháng trước đây mà, chị quả quyết.

Gánh nặng mang trong lòng chị Năm mấy tháng nay chợt tan biến theo từng dòng chữ trong lá thư của mẹ chồng, mà chị đã đọc đi đọc lại nhiều lần. Chị ngồi trên sô-fa, ngó ra cửa sổ, nóng lòng chờ Đức về để báo tin vui. Chỉ mường tượng niềm phấn khởi trong ánh mắt, trên nụ cười của con, đủ cho niềm vui cộng hưởng trong lòng của mẹ.

Chị đã không thất vọng khi nhìn thấy thái độ lính qua lính quýnh của con, xin phép chạy lên lầu *'phone'* cho Thảo liền lập tức. Chị dạy con, *'Phải để người lớn nói chuyện với nhau trước'*, và nói thêm,

— *Chuyện cưới hỏi là chuyện hệ trọng. Đời người chỉ có một lần. Để mẹ bàn với ba má bé Thảo trước. Thiệt ra má còn định nhờ bà nội con làm đại diện bên đàng trai. Để cho bà nội vui là một chuyện, ngoài ra còn để tỏ lòng tưởng nhớ tới ba con.*

Bác sĩ Đức đang lúc trong lòng phơi phới, có lẽ dù chị Năm đặt điều kiện phải nhảy vô chảo dầu hay đi ngang biển lửa gì thì bác sĩ cũng ngoan ngoãn nghe lời mẹ thôi.

Sau buổi cơm chiều mẹ con ra ngồi trước ti-vi xem video nhạc Việt. Nhưng ai còn tâm trạng để nghe nhạc nhiết trong lúc này. Chị Năm triều mến nhìn con hỏi,

— Con nói thiệt má nghe coi, nếu là hình một cô gái khác thì sao. Con có nghe lời má không.

Đức không do dự trả lời,

— Má biết mà, con sẽ không bao giờ làm má buồn.

— Con sẽ đồng ý cưới một cô gái khác?

Đức tìm cách câu giờ,

- Người mình có câu '*Công cha như núi Thái Sơn, Nghĩa mẹ như nước trong nguồn chảy ra.*' mà má.

- Má nhắc con hoài, má sanh ra con đó, đừng tưởng con có thể qua mặt được má với lối trả lời ai muốn hiểu sao hiểu như vậy.

- Ý con nói là, với bao hy sinh mà má dành cho con, dĩ nhiên con phải biết trân quý và sống sao cho xứng đáng với sự thương yêu của má rồi.

- Con cũng vẫn chưa trả lời câu hỏi của má.

- Con nghĩ nếu con đi học, lấy bằng cấp, để kiếm một chỗ môn đang hộ đối cho gia đình hảnh diện, thì thiệt con không xứng đáng với sự hy sinh của má chút nào.

Đức trầm ngâm một đổi,

- Cám ơn má đã nuôi con thành người tử tế và ban cho con một trái tim nhân hậu, để con có thể sống một cuộc đời ý nghĩa hơn, như san sẻ yêu thương với mọi người, hay trong nghề nghiệp, con có thể xoa dịu nỗi đau của người khác. Nhưng con biết, con chỉ là một hạt cát nhỏ, chỉ mong là trong mỗi quyết định ở đời của con, con sẽ không làm gì để phải hổ thẹn với sự hy sinh của má.

Chị Năm mát ruột mát gan, ôm chầm lấy con, nước mắt ràn rụa. Chị ước gì có Thảo kế bên, để ôm Thảo vào lòng nói tiếng xin lỗi.

Ở nhà bên kia, chị Thân đang đứng trong bếp, nhồi bột làm bánh. Anh Thân uống xong tách cá-phê, đem cái muỗng tới bên bồn rửa chén phía sau lưng vợ, để rửa. Chị Thân như có mắt sau lưng, cằn nhằn,

- Rửa có cái muỗng mà anh xả nước thấy ớn.

- Em sao quê quá, nước ở đây đâu có tốn bao nhiêu tiền. Hồi mới qua đi cắt cỏ cho nhà người ta, anh thấy ai cũng xả nước thả giàn, để tưới sân cỏ của họ cả ngày. Nhiều khi họ bỏ quên, nước phun cả đêm luôn.

- Xin lỗi à, anh nói chuyện thời nào vậy. Bây giờ để bảo vệ môi trường, các hãng nước, hãng điện còn kêu dân chúng xài có chừng mực để tránh phung phí năng lượng đó ông ơi.

- Điện thì còn hiểu được, chứ nước ăn thua gì tới năng lượng. Ngoài ra Canada mình có thiếu gì nước. Mỗi năm tới mùa xuân, tuyết tan chảy ngập sông.

- Coi ai quê đó. Bữa hổm con gái giải thích mà không thèm nghe. Nó nói ở trường, thầy dạy là nước sạch chạy tới nhà mình phải qua nhà máy lọc nước. Nhà máy đó cần biết bao nhiêu năng lượng để chạy các máy bơm nước. Chưa hết, nước thải cũng cần được xử lý. Càng nhiều nước thải càng cần nhiều năng lượng để xử lý. Mà nguồn năng lượng nào cũng ảnh hưởng ít nhiều tới môi trường sinh sống chung quanh mình.

Anh Thân nhoẻn miệng cười trừ,

- Thật ra anh còn nghe có người tiên đoán, sau chiến tranh tôn giáo, thế giới sẽ chứng kiến chiến tranh giành các nguồn nước uống.

- Sao vậy anh.

- Tại vì các nguồn nước ở nhiều nơi trên thế giới, kể cả bên Mỹ, bắt đầu bị sút giảm hay cạn kiệt.

Anh Thân vừa nói vừa vào phòng computer chuẩn bị tài liệu khai thuế thu nhập cho tiệm Nails.

Điện thoại để trên kệ nhà bếp bổng reo vang. '*Ai kêu giờ này vậy cà*', chị Thân cằn nhằn, nhưng vẫn rửa vội hai bàn tay dính đầy bột để bắt máy trả lời. Chị Năm bên kia đầu dây kể hết mọi chuyện cho chị Thân nghe. Nếu chị Năm đã sửng sốt sau khi đọc thư của bà nội Đức chiều nay, thì chị Thân kinh ngạc gấp mười khi nghe chị Năm kể lại. Hai bà ôm điện thoại đua nhau cười chảy nước mắt. Sau khi tìm lại được lời, chị Thân tỏ vẻ thắc mắc,

- Chị Năm biết không, mấy tháng trước bà nội của Thảo có kêu tụi này lựa một tấm hình của Thảo gởi về cho bà. Nhưng mà nghe nói là để cho gia đình cậu bác sĩ nào đó bên Mỹ coi mắt. Ai dè đâu.

Chị Năm ngẫm nghĩ một lúc,

- Chắc tại hồi ở trại tị nạn lúc đầu chị tưởng sẽ đi Mỹ, nên có nhờ hội Hồng Thập Tự nhắn tin về gia đình như vậy. Tới giờ chị biết vẫn còn có bà con tưởng lầm.

Hai chị em, hay đúng hơn, hai bên sui gia nhanh chóng gạt chuyện đó qua một bên, và hẹn ngày hôm sau tới tiệm bàn tiếp chuyện tương lai con cái.

Buông điện thoại xuống, chị Thân réo anh Thân như có giặc tới.

- Anh ngồi xuống đây nghe nè.

- Chuyện đâu còn có đó mà em.

Chị Thân bắt đầu kể lại hết đầu đuôi câu chuyện. Anh Thân dĩ nhiên cũng ngạc nhiên không kém. Kéo ghế ngồi xuống, anh lẩm bẩm,

- Lạ vậy ta.

Anh chợt nhớ tới lời ông Bộ trưởng Quốc phòng Mỹ được phổ biến rộng rãi trên báo chí một dạo, và nghiệm ra,

- Hèn gì người ta nói, ở đời mình có thể lo liệu để ứng phó được với những thứ mình biết mình biết, và ngay cả những thứ mình biết mình không biết. Còn những gì mình không biết mình không biết, thì thiệt bó tay.

Cứ vậy mà sui gia hai họ thuận theo dòng nước chảy, đẩy cho thuyền trôi. Tổ chức đám hỏi trước, và chờ Thảo học xong đại học sẽ làm đám cưới.

Trong khoảng thời gian đi học, hôm nào may mắn, Thảo lại được bác sĩ Đức lấy xe con cóc chở đi ăn trưa. Sau ngày đám hỏi, Đức tự thưởng cho mình một chiếc xe Volkswagen, kiểu con bọ, nhưng đối với hai kẻ yêu nhau thì đó là chiếc '*Xe con cóc*' đầu đời của họ. Hai người thường đến công viên trước tòa nhà lập pháp Manitoba, để sống lại quá khứ của cha mẹ họ. Ngồi trên bãi cỏ xanh, dưới ánh nắng ấm của mặt trời, chiêm ngưỡng tượng *Cậu Bé Vàng*, chia cho nhau từng quả anh đào đỏ mọng.

Và cũng từ đó người ta thường thấy cô Thảo đến bệnh viện nhi đồng thăm các em bệnh nhân. Mỗi lần đến cô không quên mang theo một lọ sơn móng tay màu hường loại dành cho trẻ em, để làm đẹp, và cũng là '*làm vui*', cho các em. Nghĩ cho cùng đó chẳng là một đóng góp cao cả của ngành Nails sao. Đem lại niềm vui cho đời.

- Hết -

Tác giả

Tăng Quyền Vinh
Ottawa, Canada.

Sách xuất bản:

1. Bên Kia Bến Đỗ, 2021
2. Đứa Con An Giang, 2022
3. Lu nước ngọt, 2023
4. Nails Tình Thương, 2023

ISBN 978-1-7773500-6-2